# ஜென் கொலை வழக்கு

# ஜென் கொலை வழக்கு

## நவீன நாசகார ஜென் கதைகள்

**பா.ராகவன்**

Title: Zen Kolai Vazhakku
Author's Name: Pa Raghavan

Published by Ezutthu Prachuram



Ezutthu Prachuram
(An imprint of Zero Degree Publishing)
No. 55(7), R Block, 6th Avenue,
Anna Nagar,
Chennai - 600 040

Website: www.zerodegreepublishing.com
E Mail id: zerodegreepublishing@gmail.com
Phone: 89250 61999

Ezutthu Prachuram First Edition: July 2024
ISBN : 978-81-976351-9-9
TITLE NO EP: 520

Rs. 200/-

Layout: G.Selvakumar
AI illustrations Prompts : Devi. Sam Asir
Cover Design : Vijayan

Printed at Rathna Offset Printers, Chennai, India

## முன் அறிவிப்பு

ஆதிமூல ஜென் கதைகளுக்கும் இந்தக் கதைகளுக்கும் எந்த சம்பந்தமும் இல்லை. தப்பித்தவறி இக்கதைகளில் ஒன்றோ, ஒரு சிலவோ ஜென்னாகவே இருந்துவிடுமானால் அது தற்செயலே.

# என்னுரை

ஜென் கதைகள் எனக்கு மிகவும் பிடிக்கும். எவ்வளவு பிடிக்கும் என்றால், நெய் ஜாங்கிரி எவ்வளவு பிடிக்குமோ அவ்வளவு. கடலை மிட்டாய் எவ்வளவு பிடிக்குமோ அவ்வளவு. என் அப்பாவை எவ்வளவு பிடிக்குமோ அவ்வளவு.

மிக எளிய புறத் தோற்றமும் அளவிட முடியாத ஆழங்கள் கொண்ட கட்டமைப்பும் இதன் வசீகரங்கள். ஒரே கதை, ஒவ்வொரு முறை படிக்கும்போதும் சம்பந்தமேயில்லாத வேறு வேறு பொருள்களைத் தரும் அனுபவமெல்லாம் எனக்கு இதில் நேர்ந்திருக்கிறது.

18-20 வயதுகளில் பல நாள் இந்தக் கதைகளை எடுத்து வைத்துக்கொண்டு வார்த்தை மாற்றாமல் எழுதிப் பார்த்து அதன் கட்டமைப்பைப் புரிந்துகொள்ள முயற்சி செய்திருக்கிறேன். சிடுமூஞ்சியாகவும் கடுங்கோபக்காரராகவும் எதையுமே மனம் விட்டுப் பேசாதவராகவும் தனது டைரியைக் கூட பைதான் நிரலைப் போல எழுதி வைத்தவருமான என் தந்தையைப் புரிந்துகொள்ளச் சிறு வயதுகளில் மேற்கொண்ட முயற்சிகளைப் போலவேதான்.

என் மாணவப் பருவம் முடிந்துவிட்டது என்று அப்பா என்றைக்கு நினைக்கத் தொடங்கினாரோ, அன்றைக்கு அவர் எனக்குத் தன்னைத் திறந்து காட்டினார். அது நிகரற்ற விஸ்வரூப தரிசனம். இப்போது எண்ணும்போதும் சிலிர்ப்படையச் செய்கிறது. அவர் மீது எனக்கு இருந்த அச்சம், வெறுப்பு, விரோத உணர்வுகள் அனைத்தும் கணப் பொழுதில் இல்லாமலாயின. எனக்கொரு குழந்தை பிறப்பதற்குப் பல ஆண்டுகளுக்கு முன்பே, என் திருமணத்துக்கும் பல ஆண்டுகளுக்கு முன்பே அவரை என் குழந்தையாக உணர வைத்திருந்தார். இறுதிவரை அவரை 'மிஸ்டர் பார்சார்தி!' என்று செல்லமாகப் பெயர் சொல்லி அழைப்பவனாகவே இருந்தேன்.

எல்லாம் ஒரு சிறிய பனிவிலகலின் விளைவு. அது என் முயற்சியால் நடந்ததல்ல. எனக்கிருந்த அடைப்புகளை அவர் திறந்து வைத்ததன் விளைவு.

ஜென் அப்படித்தான். என்றைக்கு அதன் கதவுகள் எனக்குத் திறந்தனவோ, அன்று முதல் அது எனக்கொரு விளையாட்டுப் பொருளைப் போலாகிவிட்டது. எழுத்து வேகம் மட்டுப்படும்போதோ, சிந்தை சோர்வுறும்போதோ ஜென்னின் வடிவத்தை மட்டும் எடுத்துக்கொண்டு எனக்குத் தோன்றும் விதத்தில் ஓர் எளிய நகைச்சுவைக் கதையை எழுதிப் பார்ப்பேன். என் பிரச்னை சரியாகிவிடும். பழைய வேகம் மீண்டுவிடும்.

தொடக்க காலத்தில் இணையத்தில் நான் இத்தகைய கதைகளை எழுத ஆரம்பித்தபோது ஜென்னை அவமதிக்கிறேன் என்று பலபேர் குற்றம் சாட்டித் திட்டித் தீர்த்திருக்கிறார்கள். பொருட்படுத்தவே மாட்டேன். அப்பாவை 'பார்சார்தி' என்று அழைத்தது அவமரியாதையா? அதன் உள்ளார்ந்த பிணைப்பை எப்படி நானும் அவரும் உணர்ந்திருந்தோமோ, அப்படித்தான் என்னுடைய கதைகளின் உள்நோக்கமில்லாத அக்கிரம அழிச்சாட்டியங்களை ஜென்னும் உணர்ந்து

உள்வாங்கியிருந்தது. பார்வையாளர்கள் என்ன சொன்னால் எனக்கென்ன?

ஜென்னை உணர்ந்து, ஜென்னை உண்டு, ஜென்னால், ஜென்னில் வாழ்வதன் நாமறிந்த பெயர், கர்மயோகம். 'கர்ம' என்ற சொல் இங்கே கடமை என்ற பொருளில் வரும். நான் கடமைகளை மறப்பதேயில்லை. ஆனால் அதில் யோகம் கூடி, பெரும்பாலும் நிறைவேறுவது இல்லை.

என்றாவது வசப்படும். அது நிகழும்போது இப்படிப்பட்ட கதைகளை எழுதுவதை நிறுத்திவிட்டு ஜென்னைக் குறித்து உருப்படியாக ஒரு புத்தகம் எழுதுவேன்.

அல்லது, அது எழுதும்.

இதனை நான் நாள்தோறும் எழுதிக்கொண்டிருந்தபோது, கதைகளைச் சரியாக உள்வாங்கி, பொருத்தமான ப்ராம்ப்ட்களைக் கொடுத்து செயற்கை நுண்ணறிவுப் படங்கள் வரைந்து அணி சேர்த்தவர், டேவி. சாம் ஆசீர். இப்புத்தகத்தில் இடம்பெற்றுள்ள படங்களும் அவரது ப்ராம்ப்ட்களின் விளைவுதான். அவருக்கு என் நன்றி.

பா. ராகவன்

ஜூலை 17, 2024

பொருளடக்கம்

சமர்ப்பணம்

ஜாங்கிரிக்கும் கடலை மிட்டாய்க்கும்

# 01. வேறொன்று

அந்த மடாலயத்தில் ஆதிகாலம் முதலே ஜனநாயக முறைப்படி தலைவரைத் தேர்ந்தெடுக்கும் வழக்கம் இருந்து வந்தது. ஒவ்வோராண்டும் மடாலய முன்னவர் பதவிக்குக் குடவோலைத் தேர்தல் நடக்கும். போட்டியிடுவோர் தேர்தல் நாளில் மடாலயத்தைவிட்டு வெளியேறி, பத்து காதத் தொலைவுக்குச் சென்றுவிட வேண்டும். சீடர்கள் தமது அந்த ஆண்டு குருவைத் தேர்ந்தெடுப்பதுடன், எதனால் அவரைத் தேர்ந்தெடுக்க விரும்புகிறேன் என்று வாக்கோலையிலேயே குறிப்பெழுதிக் குடத்தில் போட வேண்டும். இது சட்டம்.

மூன்றாண்டுகளாக மாடிசான் என்ற குருவே மடாலய முன்னவராகத் தேர்ந்தெடுக்கப்பட்டுக்கொண்டிருந்தார். இது வாக்களித்த சீடர்களுக்குப் பெரிய குழப்பத்தை உண்டாக்கியது. ஏனெனில், சீடர்களுள் பெரும்பான்மையானவர்கள் மாடிசானுக்கு வாக்களிப்பதில்லை. அவரை யாருக்கும் பிடிக்காது

என்பதே காரணம். இருந்தாலும் அவர்தான் வெற்றி அடைபவராக இருந்தார்.

ஒரே குடம்தான். ஒருவருக்கு ஒரு ஓலைதான். தேர்தல் அதிகாரியைக் கூட மடத்துக்குத் தொடர்பில்லாத வேறொரு வெளிதேசத்து மடாலயத்தில் இருந்துதான் தருவிப்பார்கள். அப்படி இருந்தும் மாடிசான் எப்படி ஒவ்வொரு முறையும் வெற்றி பெறுகிறார்?

சீடர்களுக்குப் புரியவில்லை.

அந்த ஆண்டுத் தேர்தலின்போது அனைவரும் கூடிப் பேசி, விழிப்புடன் கண்காணிக்க வேண்டும் என்று முடிவு செய்துகொண்டார்கள். அதன்படி, தேர்தலுக்கு ஒரு வாரம் முன்பிருந்தே சீடர்கள் யாரும் உறங்கவில்லை. இரவும் பகலும் விழிப்புடன் இருந்து குடவோலையைக் கண்காணித்தார்கள். வேட்பாளர்களாக இருந்த மாடிசானையும் குல்ராசானையும் அம்முறை மூன்று தினங்களுக்கு முன்பே மடாலயத்தை விட்டு வெளியே அனுப்பிவிட்டார்கள்.

தாங்கள் ஞானமடைய வழிகாட்டுவார் என்று பெரும்பாலான சீடர்கள் நம்பிய குல்ராசானுக்கு வாக்களித்துவிட்டு, தேர்தல் அதிகாரி முடிவைச் சொல்லக் காத்திருந்தார்கள்.

குடத்தில் விழுந்திருந்த ஓலைகளை அனைத்து சீடர்கள் முன்னிலையிலும் கீழே கொட்டி, தேர்தல் அதிகாரி எண்ணத் தொடங்கினார். இறுதியில் மாடிசானே அம்முறையும் வெற்றி பெற்றிருப்பதாக அறிவித்தார்.

சீடர்களுக்குப் பைத்தியமே பிடித்துவிடும் போலிருந்தது. பாய்ந்து சென்று வாக்குச் சீட்டுகளைக் கைப்பற்றி அவர்களே எண்ணியும் ஆராய்ந்தும் பார்த்தார்கள். சந்தேகமில்லை. மாடிசானுக்குத்தான் அதிக ஓலைகள் விழுந்திருந்தன.

கோபம் அடைந்த சீடர்கள் ஒவ்வொருவரும் தமது சகாவைச் சந்தேகப்பட்டுக் குற்றம் சாட்டினார்கள். வாக்குவாதம் முற்றிக் கைகலப்பானது.

அன்று மாலை மூத்த குருமார்களான மாடிசானும் குல்ராசானும் மடாலயத்துக்குத் திரும்பியபோது வேறு வழியின்றி சீடர்கள் மீண்டும் மடாலய முன்னவர் ஆகியிருந்த மாடிசானின் தாள் பணிந்து நின்றார்கள்.

ஒரே ஒரு சீடன் மட்டும் துணிச்சலுடன் மாடிசானைப் பார்த்துச் சொன்னான்,

'குருவே, எங்கள் யாருக்கும் உங்களைப் பிடிக்காது. நாங்கள் உங்களுக்கு வாக்களிப்பதும் இல்லை. ஆனாலும் ஒவ்வோராண்டும் நீங்களே எப்படித் தேர்தலில் வெல்கிறீர்கள்? இதில் என்ன மாயமந்திரம் உள்ளது?'

மாடிசான் புன்னகை செய்தார்.

'என்னருமைத் தோல்வி தேவதையின் பிள்ளைகளே! வெற்றிக்கு அவசியம், வாக்கல்ல; வக்கு' என்று சொல்லிவிட்டு உள்ளே சென்றார்.

# 02. ஞானப்பழம் V2

சீனாவின் அண்டை நாட்டில் இருந்த சானடோரியம் குன்றின் உச்சியில் ஒரு மடாலயம் இருந்தது. சாதாசான் என்னும் ஜென் குரு அந்த மடாலயத்தை நிர்வகித்து வந்தார். ஞான வேட்கை ஒரு வெறியாக மாறிவிட்டிருந்த அவரது சீடன் ஒருவன், ஒவ்வொரு நாளும் தனக்கு எப்போது ஞானம் பிறக்கும் என்று அவரை நச்சரித்துக்கொண்டே இருந்தான். சாதாசான் சலிக்காமல், 'பொறுமையாக இரு' என்று சொல்லிக்கொண்டிருந்தார்.

நெடுநாள் கடந்தும் ஞானம் பிறக்காததால், அவர்மீது நம்பிக்கை இழந்த சீடன், மடாலயத்தை விட்டு வெளியேறிச் சென்றான்.

எங்கெங்கோ அலைந்து திரிந்துவிட்டு நகரத்துக்கு வந்தவன், தற்செயலாக குரு சாதாசானை சைதாப்பேட்டை மீன் மார்க்கெட் பக்கம் கண்டான். ஓடோடிச் சென்று, 'குருவே, உங்களைவிடத் திறமைசாலியான இயந்திரம்

ஒன்று வந்துவிட்டது. அதன் பெயர் கம்ப்யூட்டர்' என்று சொன்னான்.

சாதாசான் சிரித்தபடி, 'நல்லது. அது உனக்கு ஞானம் தந்துவிட்டதா?' என்று கேட்டார்.

'இன்னும் இல்லை. ஆனால் கிடைத்துவிடும்' என்றான் சீடன்.

வாழ்த்து சொல்லிவிட்டு சாதாசான் மீன் வாங்கப் போனார்.

பிறகு பல ஆண்டுகள் கழித்து அதே சீடன் அவரை பார்சன் காம்ப்ளக்ஸ் எலைட் டாஸ்மாக்கில் சந்தித்தபோது, 'குருவே, கூகுள் வந்துவிட்டது. அது ஒரு சாகசக் குட்டிச்சாத்தான்!' என்று பரவசமுடன் சொன்னான்.

'நல்லதப்பா! அது உனக்கு ஞானம் தந்துவிட்டதா?' என்று சாதாசான் வினவினார்.

'இன்னும் இல்லை. ஆனால் நிச்சயமாக இம்முறை நான் ஞானமடைந்துவிடுவேன்' என்று சொல்லிவிட்டு நம்பிக்கையுடன் சென்றான்.

மேலும் பல வருடங்களுக்குப் பிறகு அவன் சாதாசானை வடபழனி நெக்சஸ் மால் திரையரங்கில் ஒரு மாலைக் காட்சி இடைவேளையின்போது கழிப்பறையில் சந்தித்தான்.

'என்னப்பா, எப்படி இருக்கிறாய்?' என்று சாதாசான் கேட்டார்.

'குருவே, நான் ஞானத்தின் வாசலை நெருங்கிவிட்டேன். சாட் ஜிபிடி வந்துவிட்டது' என்று சொன்னான்.

'மகிழ்ச்சி. அடைந்ததும் வந்து சொல்' என்று சொல்லிவிட்டு குரு படம் பார்க்கப் போய்விட்டார்.

மேலும் ஓராண்டுக்குப் பிறகு அந்தச் சீடன் சோகமுடன் மடாலயத்துக்கு வந்தான்.

'என்ன, ஞானமடைந்துவிட்டாயா?' என்று குரு கேட்டார்.

'இல்லை குருவே. ஞானத்தின் முதல் படி, சாட் ஜிபிடியைப் பழக்கக் கற்பதுதான் என்று தெரிந்துகொண்டேன்.'

குரு சிரித்தார். 'Learn to unlearn. இது உனக்கல்ல, அதற்குச் சொன்னேன் என்று போய்ச் சொல்' என்று சொல்லிவிட்டு உள்ளே போனார்.

# 03. வடை வழி ஆத்ம சுத்திகரிப்பு

யங் வம்சத்து மன்னர்கள் கூடல்புரா தேசத்தை ஆட்சி புரிந்துகொண்டிருந்த காலத்தில் மசாகோ மதுசூதன் மினொரு என்றொரு ஜென் குரு அழகர் கோயில் சாலையில் வசித்து வந்தார். சீடர்களுக்கு ஞானபோதனை செய்வது தவிர அவருக்கு வேறு பல கலைகளுடனும் துவந்த யுத்தம் செய்யத் தெரிந்திருந்தது.

அவர் ஒரு பயங்கரமான பாடகர். தனது மடாலய உப்பரிகையில் தனியொரு கொட்டகை அமைத்து, ஊரார் கதறக் கதற நள்ளிரவுகளில் பாடி மகிழ்வார். உற்சாகம் மிகும்போது அப்படியே மேநிலைத் தடாகத்தின் மீதேறி ஆடவும் ஆரம்பித்துவிடுவார்.

விடிந்ததும் நடைப் பயிற்சிக்குக் கிளம்புவார். வழியெங்கும் தள்ளுவண்டிக் கடைகளில் நாற்பது வடைகளை வாங்கித் தின்பார். பிறகு வீட்டுக்கு வந்து தேநீர் அருந்துவார்.

ஒரே திரைச்சித்திரத்தை நான்கு ஷிச்சி காலத்துக்குத் தொடர்ச்சியாகப் பார்ப்பார். உலகில் எந்த மூலையில் கிரிக்கெட் போட்டி நடந்தாலும் பாட்டி இறந்துவிட்டதாக அறிவித்துவிட்டுத் தொலைக்காட்சியின்முன் உட்கார்ந்துவிடுவார்.

இவை அனைத்தும் போக மசாகோ மதுசூதன் மினொருக்கு தேசமெங்கும் ஏராளமான ரகசிய நண்பர்கள் உண்டு. அடிக்கடி அவர்களுடன் உல்லாசப் பயணம் சென்றுவிடுவார். அது வெளியூரா, வெளிதேசமா என்று கண்டுபிடிக்க முடியாது.

அவர் திருமணமானவர். ஆனால், தனது நடவடிக்கைகளை மனைவியிடம்கூடச் சொல்ல மாட்டார்.

'எங்கே போய்விட்டு வருகிறீர்கள்?' என்று கேட்டால், 'நூலகத்துக்கு' என்பார். 'என்ன சாப்பிட்டீர்கள்? ஏன் இப்படி வயிற்றால் போகிறது?' என்றால், 'இது ஒரு விதமான ஆத்ம சுத்திகரிப்பு' என்பார். உல்லாசப் பயண நாள்கள் என்றால், அயலூரில் அலுவலக செமினார் என்று சொல்லிவிடுவார்.

சீடர்களால் எப்போதும் அவரைப் புரிந்துகொள்ள முடிந்ததேயில்லை. பலமுறை அவர்கள் தமது அதிருப்தியை மறைமுகமாக எடுத்துச் சொல்லியும் அவர் பொருட்படுத்தாதிருந்தார். பொறுத்துப் பொறுத்துப் பார்த்துவிட்டுத் தாங்கவே முடியாமல் ஒரு நாள் சீடனொருவன் நேரடியாகக் கேட்டான்,

'குருவே! ஒரு ஞானி இப்படித் தம் மனைவியிடம் பொய் சொல்லிக்கொண்டே இருக்கலாமா?'

தியானத்தில் இருந்த மசாகோ மதுசூதன் மினொரு, எழுந்த பிறகு சொன்னார்:

'உண்மை, சுண்டல் அல்ல. எல்லோருக்கும் அதை அளிக்கக் கூடாது.'

‘உங்கள் மனைவிக்குமா?’

‘பெண்கள் உண்மையை எதிர்பார்ப்பதில்லை. அவர்களுக்கு வேண்டியதெல்லாம் ஒரு பொருத்தமான பதில் மட்டுமே.’

## 04. அல்வா

முன்னொரு காலத்துக்குச் சிறிது பிந்தைய காலத்தில் பெண்டா கால் உரூ என்னும் கிராமத்தில் ஸொக்நாகா என்றொரு ஜென் துறவி வசித்து வந்தார். அவரும் அவரது மடாலயத்தில் தங்கிப் படித்து வந்த சீடர்களும் ஓய்வு நேரத்தில் தோட்டம் அமைத்து பீன்ஸ் பயிரிடுவார்கள்.

கால மாற்றத்தில் பெண்டா கால் உரூ மண்ணில் பீன்ஸ் பயிர் விளையாமல் போனது. பீன்ஸை மட்டுமே உண்டு பழகியிருந்த ஸொக்நாகாவும் சீடர்களும் எவ்வளவோ முயற்சி செய்து பார்த்தும் விளைச்சல் இல்லாமல் ஆகிவிட்டதைக் கண்டு வருந்தினார்கள். இதனால் அவர்கள் பலநாள் பட்டினி கிடக்க வேண்டியதானது.

அப்போது குரு ஸொக்நாகாவைக் காணக் காமரூப தேசத்திலிருந்து வந்திருந்த அஞ்சல் வழி சீடர் ஒருவர், காணிக்கையாகச் சில நூதன விதைகளைக்

கொடுத்துவிட்டுச் செல்லவும், ஸொக்நாகா மடாலயத்தின் தோட்டத்தில் அவற்றை விதைத்து வளர்க்கலானார்.

சில நாள்களில் அந்த விதைகளிலிருந்து முளைத்தெழுந்த செடிகள், தோட்டமெங்கும் அடர்த்தியாக வளர்ந்து நிறைந்தன. அது என்ன தாவரம் என்று ஸொக்நாகாவுக்கும் தெரியவில்லை, சீடர்களுக்கும் தெரியவில்லை. எனவே அது காய்க்கும்வரை கண்ணும் கருத்துமாகப் பார்த்துக்கொண்டார்கள்.

காய்க்கும் காலம் வந்தது. அதன் காய்கள், பீன்ஸில் பாதி அளவே இருந்தன. ஆனால் உருளை வடிவம் கொண்டிருந்தன. பார்க்கப் பச்சையாகத்தான் இருந்தன என்றாலும் பீன்ஸினும் அடர்த்தியான கரும் பச்சை நிறத்தில் பளபளப்பாக இருந்தன.

'குருவே இது ஒருவித குறுபீன்ஸ்' என்றான் சீடன் ஒருவன்.

'குழந்தை பிறந்ததும் குளிப்பாட்ட வேண்டுமே தவிர சட்டை மாட்டிவிடக் கூடாது' என்று ஸொக்நாகா சொன்னார்.

சீடர்கள் அந்தப் புதிய நூதனக் காயைப் பறித்து, வேகவைத்து உணவு தயார் செய்தார்கள். பிறகு குருவை அழைத்து முதலில் ருசி பார்க்கச் சொல்லிக் கேட்டுக்கொண்டார்கள்.

குரு ஸொக்நாகா பீங்கான் கிண்ணத்தில் கொண்டு வரப்பட்ட அக்காய் உணவை மரத்தாலான சிறிய கரண்டியால் எடுத்து முதல் வாய் உண்டார். திடுக்கிட்டார்.

அது விவரிக்க இயலாத அளவுக்குக் காரமாக இருந்தது. ஸொக்நாகாவுக்கு அதற்குமுன் காரம் என்றால் என்னவென்று தெரியாது. எனவே, புதிய ருசி. சரி, இன்னும் சிறிது உண்டு பார்ப்போம் என்று மேலும் ஒரு கரண்டி எடுத்து உண்டார். கண் கலங்கிவிட்டது.

'ஓ, இந்தக் காய் ஆனந்தக் கண்ணீர் வரவழைக்கும் அளவுக்கு ருசி மிக்கது!' என்று சீடர்கள் தமக்குள் பேசிக்கொண்டார்கள். குருவை மகிழ்விக்க, அவரது கிண்ணத்தை மேலும் நிரப்பினார்கள்.

'போதும்! போதும்!' என்று குரு ஸொக்நாகா அலறினார். சீடர்கள் விடவில்லை. அவரது கிண்ணத்தில் குறையும் ஒவ்வொரு கரண்டி உணவையும் மீண்டும் மீண்டும் நிரப்பிக்கொண்டே இருந்தார்கள். உணவை வீணாக்கும் வழக்கம் இல்லாத ஸொக்நாகா, அழுதுகொண்டே மொத்தத்தையும் உண்டு முடித்தார்.

நாவிலிருந்து வயிறு வரை எரிந்தது. இருப்பினும் சீடர்களுக்கு உண்மை தெரிந்தால் வருந்துவார்கள் என்பதால் நடந்ததைச் சொல்லவில்லை.

மறுநாள் தொடங்கி, சீடர்கள் தோட்டத்துக்குப் போகுமுன்னரே அவர் அனைத்து மிளகாய்களையும் பறித்துச் சாப்பிட்டுவிடத் தொடங்கினார். எனவே, காய் பறிக்கச் சென்ற சீடர்களுக்கு எப்போதுமே அங்கே எதுவுமில்லாதிருந்தது.

'பார்த்தாயா? நம் குரு ருசிக்கு அடிமையாகிவிட்டார். நமக்குத் தராமல் அவரே அனைத்தையும் தின்றுவிடுகிறார்!' என்று கொதித்துப் போனார்கள். குரு ஸொக்நாகாவை அதனாலேயே பிடிக்காமல் போய், மடாலயத்தை விட்டே சென்றுவிட்டார்கள்.

பிறகு அவர்களுக்குக் காலப்போக்கில் அனைத்து ருசிகளும் உண்மைகளும் புலப்பட்டன. குருவுக்குச் செய்த கொடுஞ்செயலை எண்ணி வருந்தி, மன்னிப்புக் கேட்க முடிவு செய்தார்கள்.

பெண்டா கால் உருவில் அப்போது புகழ்பெற்ற ரோஸ் நிற துருக்கிய அல்வா விற்பனைக்கு வந்திருந்தது. அதை வாங்கி மூட்டை கட்டிக்கொண்டு மடாலயத்துக்கு

வந்தார்கள். ஸொக்நாகா அவர்களை அன்புடன் வரவேற்றார்.

சீடர்கள் மண்டியிட்டு மன்னிப்புக் கோரினார்கள். வாங்கி வந்திருந்த ரோஸ் நிற துருக்கிய அல்வாவை அவர்முன் சமர்ப்பித்து, 'நாங்கள் செய்த பாவத்துக்குப் பரிகாரம் இது' என்று சொன்னார்கள்.

'அப்படியா? ஒரு நிமிடம் இருங்கள், வந்துவிடுகிறேன்' என்று சொல்லிவிட்டுத் துள்ளிக் குதித்து உள்ளே ஓடிய ஸொக்நாகா, திரும்பி வரும்போது ஒரு கிண்ணம் நிறைய மிளகாய்ச் சாறை எடுத்து வந்தார். அல்வாவை அதில் போட்டுப் பிசைந்து எடுத்து உண்ணத் தொடங்கினார்.

பதறிப் போன சீடர்கள், 'குருவே, என்ன செய்கிறீர்கள்? இது அல்வா!' என்றார்கள்.

'சட்டை மாட்டும் முன்னர் குளிப்பாட்ட வேண்டாமா?' என்றார் ஸொக்நாகா.

## 05. வித்தைக்காரர்

ஹுவான் நம்பி கய் (Huan Numbi Kai) என்றொரு ஜென் குரு வாட்சப் மாகாணத்தில் வசித்து வந்தார். பெரிய ஞானியும் மூத்த குடிமகனுமான அவருக்கு கௌரவ ஆளுநர் பதவி அளித்து, அரசாங்கம் மரியாதை செய்திருந்தது.

குடிமக்களை உற்சாகப்படுத்துவது, திருவிழாக்களில் ஆடல் பாடல் நிகழ்ச்சிகளை ஒழுங்கு செய்வது, சிறுவர்களோடு கண்ணாமூச்சி விளையாட்டுகளில் ஈடுபடுவது, அவ்வப்போது நற்போதனைகளையும் செய்வது என்று ஹுவான் நம்பி கய் தனக்களிக்கப்பட்ட பதவிக்கு நியாயம் செய்து வந்தார்.

அவரிடம் ஒரு வினோத சக்தி இருந்தது. மாகாணத்தில் யார், என்ன காரணத்தினால் தமது கைபேசியை மாற்றினாலும் மறு வினாடியே கேட்டுவிடுவார். 'நீங்கள் கைபேசியை மாற்றியிருக்கிறீர்களா?'

‘அது எப்படி உங்களுக்குத் தெரிந்தது?’ என்றுதான் மக்கள் கேட்பார்களே தவிர, ‘மாற்றவில்லையே’ என்று யாருமே சொன்னதில்லை. எப்படி இவர் கைபேசியை மாற்றியதுமே கண்டுபிடிக்கிறார் என்று மக்கள் அவ்வப்போது பேசிக்கொள்வார்கள்.

மாகாணம் முழுதும் பாதுகாப்புத் துறையின் அறிவிப்புப் பலகை உண்டு. அதில் அவ்வப்போதைய பாதுகாப்பு நடவடிக்கைகள் குறித்த தகவல்கள் வெளியாகும். ஆனால் பிரஜைகள் கைபேசி மாற்றும் தகவல் அதில் வராது.

‘குருவே, எப்படி உங்களால் முடிகிறது? இந்த வித்தையை எங்களுக்குச் சொல்லித் தாருங்கள்’ என்று பலர் கேட்டும் அவர் புன்னகை செய்து கடந்துவிடுவாரே தவிர, சொன்னதில்லை.

ஒருமுறை குரு ஹுவான் நம்பி கய், கரீபியத் தீவுகளுக்குச் சுற்றுப் பயணம் மேற்கொண்டார். அங்கே ஒரு நீர்வீழ்ச்சியில் குளிக்கச் சென்றபோது தவறுதலாக அவரது கைபேசி கீழே விழுந்து அடித்துச் செல்லப்பட்டது. வேறு வழியின்றி ஹுவான் நம்பி கய் புதிய கைபேசி ஒன்றை வாங்கும்படி ஆனது.

ஊர் திரும்பி வழக்கமான பணிகளில் ஈடுபட ஆரம்பித்தார். தாம் புதிய கைபேசி மாற்றியிருப்பது குறித்து யாராவது விசாரிப்பார்கள் என்று எதிர்பார்த்தார். ஆனால் யாரும் கேட்கவில்லை. சில நாள்களுக்குப் பிறகு அவரே வாட்சப் மாகாண மக்களிடம் தனது கைபேசியை மாற்றிவிட்டதாகச் சொன்னார்.

இப்போதும் சீடர்கள் சொன்னார்கள்,

‘குருவே, எப்படி உங்களால் முடிகிறது? இந்த வித்தையை எங்களுக்குச் சொல்லித் தாருங்கள்.’

# 6. 2K Likes

கொரோனா தோன்றுவதற்குச் சற்றேறக்குறைய பதிநான்கு நூற்றாண்டுகளுக்கு முன்பு சீன ராஜ்ஜியத்தில் இருந்த யூனான் மாகாணத்தில் குரு மாஸ்கிசான் பிறந்தார். சீனாவில் அப்போது ஃபேஸ்புக் இல்லையாதலால், அவர் தமது திண்ணைப்பள்ளித் தோழர் யுவான் ஸாங்குடனும் சில கால்நடைகளுடனும் கால்நடையாகப் பாடலிபுத்திரத்துக்கு வந்தார்.

யுவான் ஸாங் எட்டாம் வகுப்பு சரித்திரப் புத்தகத்தில் இறந்த பின்பு, மாஸ்கிசான் பாடலிபுத்திரத்திலிருந்து புலம் பெயர்ந்து பொதிகை மலைக் கானகத்துத் தெற்குப் பிராந்தியத்தில் குடி புகுந்தார். பரிணாம வளர்ச்சியில் அவரது கால்நடைகள் உருமாற்றம் கண்டு அவருடைய சீடர்களாயின. குரு மாஸ்கிசான் அவர்களுக்கு வாழும் கலையை ஃபேஸ்புக்கில் கற்பிக்கத் தொடங்கினார்.

முறைப்படி ஆளுக்கொரு கணக்குத் தொடங்கி அளித்து மனத்தில் தோன்றுவதையெல்லாம் எழுதி வைக்கச்

சொன்னவர், தமக்கு மட்டும் இருபது வெவ்வேறு பெயர்களிலான கணக்குகளை வைத்துக்கொண்டார்.

'இவ்வளவு கணக்குகளை வைத்துக்கொண்டு என்ன செய்வீர்கள் குருவே?' என்று சீடர்கள் கேட்டதற்கு, 'அவிழ்த்துக் கொட்டினால்தான் அழுகல் தெரியும்' என்று சொன்னார்.

இதன் பிறகு, குரு மாஸ்கிசான் தனது அனைத்துக் கணக்குகளில் இருந்தும், தானே எழுதும் அனைத்துக் குறிப்புகளுக்கும் மறுமொழி தரத் தொடங்கினார். அம்மறுமொழிகள், எழுதப்படுவனவற்றுடன் தொடர்பே இல்லாமல், படிக்கும்போதே நடுங்கச் செய்யும் ரகத்தைச் சேர்ந்த வசைகளாக இருந்தன.

சீடர்கள் குழப்பமடைந்தார்கள்.

'குருவே, நீங்களே எழுதி நீங்களே எதற்குப் புனைபெயர்களில் திட்டிக்கொள்கிறீர்கள்?' என்று கேட்டனர்.

'குப்பையும் அதிகம், கூடையும் பெரிது' என்றார் மாஸ்கிசான்.

சீடர்களுக்குப் புரியவில்லை என்றாலும் அந்த விளையாட்டுக்குள் ஏதோ ஒரு பாடம் இருக்க வேண்டும் என்று நினைத்தார்கள். ஆர்வம் மேலோங்க, மெல்ல மெல்ல அவர்களும் ஒன்றுக்கு மேற்பட்ட கணக்குகளை ரகசியமாகத் தொடங்கி, தங்கள் போஸ்டுகளில் தாங்களே மறுமொழியிட்டுத் திட்டிக்கொள்ளத் தொடங்கினார்கள்.

பிறகொரு நாள் விளையாட்டுப் பிள்ளையான சீடன் ஒருவன் சிறிது துணிச்சல் பெற்று, சக மாணவன் ஒருவனின் போஸ்டைத் திட்டி எழுதிவிட்டு வந்தான்.

அதிர்ச்சியடைந்த அம்மாணவன், அந்த வசை மறுமொழியை அளித்தவன் யார் என்று துப்பறியப் பார்த்தான். ஆனால் அனைவருமே தாங்கள் இல்லை

என்று சொல்லிவிட்டார்கள். இது அவனுக்குக் கோபத்தை உண்டாக்கியது. எனவே இன்னுமொரு புதிய கணக்கைத் தொடங்கி, நண்பர்கள் அனைவருடைய பக்கங்களுக்கும் சென்று நாயே பேயே என்று திட்டினான்.

கோபமடைந்த ஒவ்வொருவரும் அதே சமச்சீர் தரத்திலான வசைச் சொற்களால் ஒருவரையொருவர் மாற்றுப் பெயர்களில் தாக்கிக்கொள்ளத் தொடங்கினார்கள். ஒரு கட்டத்தில் மடாலய உறுப்பினர்கள் அனைவருடைய போஸ்ட்களிலும் விவரிக்க இயலாத அளவுக்கு வசை மிகுந்தது.

இது குறித்து ஊரார் கவலை கொண்டு குரு மாஸ்கிசானைச் சந்தித்தனர். ‘உங்கள் சீடர்களை எச்சரித்து வையுங்கள். அவர்கள் சமூக விரோதிகளை ஆதரிக்கிறார்கள்’ என்று சொன்னார்கள்.

பொய் சொல்லத் தெரியாதவரான மாஸ்கிசான், அனைத்துப் புனைபெயர் மறுமொழிகளையும் எழுதுவது அவர்களே என்பதைத் தெரிவித்து, அவர்கள் விளையாட்டுக்கு அப்படிச் செய்கிறார்கள்; அதைப் பொருட்படுத்த வேண்டாம் என்று சொல்லி அனுப்பினார்.

விளையாட்டல்ல; இதில் ஏதோ ஒரு திறப்பு இருக்கும்; நாமும் முயற்சி செய்தால் என்ன என்று நினைத்த ஊரார், அதே போல ஆளுக்கொரு புனைபெயர் கணக்கைத் தொடங்கி, மாஸ்கிசானின் சீடர்கள் எழுதும் அனைத்து ஃபேஸ்புக் போஸ்டுகளுக்கும் சொல்லுந்தரமற்ற வசை மறுமொழிகளை அளிக்கத் தொடங்கினார்கள்.

வெகுண்டெழுந்த சீடர்கள் ஒவ்வொருவரும் சக சீடர்களைச் சந்தேகப்பட்டு விசாரிக்கத் தொடங்கினார்கள். ஆனால், ஊரார் எழுதும் மறுமொழிகளுக்கு அவர்கள் எப்படிப் பொறுப்பேற்க இயலும்?

இது வாய்ச்சண்டையாகப் பெருகி, கைகலப்பாகி, இறுதியில் ஒருவரையொருவர் யென்தோ, குவாந்தோ,

யான்யுதோ போன்ற ஆயுதங்களைக் கொண்டு தாக்கத் தொடங்கினார்கள்.

மடாலயத்தில் நடைபெறும் கலவரம் குறித்து அறிந்த ஊரார், ஓடோடி வந்து என்னவென்று கேட்கவும், 'நீங்கள் செய்த செயலால் என் சீடர்கள் மாண்டு போவதைப் பாருங்கள்!' என்று மாஸ்கிசான் சொன்னார்.

இது சீடர்களுக்கும் கேட்டுவிட்டது. அவர்கள் கோபம் மொத்தமாக ஊர் மக்கள் மீது திரும்பியது. தாக்குதலை அவர்கள் பக்கம் திருப்பினார்கள். தற்காப்புக்காக ஊரார் பதில் தாக்குதல் நிகழ்த்த, இரு தரப்பிலும் ஏராளமான உயிர்ச்சேதம் உண்டானது.

கவலையடைந்த குரு மாஸ்கிசான் காவலகத்துக்குச் சென்று விவரம் சொல்லி, கலவரத்தைக் கட்டுப்படுத்தக் கேட்டுக்கொண்டார்.

காவலர்கள் வந்து சேர்வதற்குள் மடாலயம் தீப்பிடித்து எரியத் தொடங்கியிருந்தது. அருகிலிருந்த கட்டடங்களுக்கும் தீ பரவ ஆரம்பித்து, சில நிமிடங்களில் ஊர் மொத்தமும் தீப்பற்றி அத்தனை பேரும் மடிந்து போனார்கள்.

தப்பிப் பிழைத்த ஓரிருவர் மட்டும் ஊரை விட்டே ஓடிச் சென்றார்கள். பிறகு சில காலம் கழித்து, சென்ற இடத்தில் இந்தச் சம்பவத்தை விவரித்து வருந்தினார்கள்.

அந்த வருத்தத்தை நிராகரித்துவிட்டு, அடையாளப் போலி விளையாட்டில் இருந்த நூதனத்தைப் பிடித்துக்கொண்டு அவர்களும் ஆளுக்கொரு புனைபெயர் கணக்கு உண்டாக்க ஆரம்பித்தார்கள். இவ்வாறாக இது உலகின் தேசிய விளையாட்டாக ஆகிப் போனது.

குரு மாஸ்கிசான், mission accomplished என்று ஸ்டேடஸ் போட்டு 2K லைக்குகள் பெற்றார்.

## 07. சீனாவில் ஜனத்தொகை பெருகியது எப்படி?

எட்டாம் நூற்றாண்டில் சீனத்தை ஆண்ட டாங் வம்சத்துப் பேரரசி வு ஸெடியன் காலத்தில் அங்கே பல்வேறு துறைகளில் பெண்கள் முன்னுக்கு வரத் தொடங்கியிருந்தார்கள். அவர்கள் முன்னுக்கு வராமல் முடங்கிக் கிடந்த ஒரே துறை, துறவறம். குறிப்பாக எத்தனை பெரிய ஞானிகள் எவ்வளவு முட்டிக்கொண்டாலும் அவர்களால் ஜென் பவுத்தத்தைப் புரிந்துகொள்ளவே முடியாதிருந்தது. இதனால் கவலையுற்ற பேரரசி வு ஸெடியன், ஜென் அறியாத சீனப் பெண்கள் ஒரு தேசிய அவமானம் என்று கருதி, பெண்களுக்கான பிரத்தியேக ஜென் மடாலயம் ஒன்றை மஞ்சள் ஆற்றங்கரையில் நிறுவினார். யப்பானிய தேசத்திலிருந்து ஒரு ஜென்னியை இறக்குமதி செய்து அம்மடாலயத்தை நிர்வகிக்கவும் கேட்டுக்கொண்டார்.

யப்பானிய ஜென்னி, சீனத்துக்குக் கப்பலில் வரும்போது அக்காவோ மெகூமீ என்ற தனது நம்பிக்கைக்குரிய

மாணவியை உடன் அழைத்து வந்தார். மஞ்சள் ஆற்றங்கரை மடாலயத்துக்கு வந்து சாப்பிட்டு, ஓய்வெடுத்துக்கொண்ட பிறகு அக்காவோ மெகூமீ மெல்ல மெல்ல சீனத்தின் கிராமங்களில் பயணம் மேற்கொண்டு பெண்களிடையே ஜென் விழிப்புணர்ச்சியை உண்டாக்கும் பணியைத் தொடங்கினார். ஆர்வம் உண்டாகிக் கற்க விரும்பிய பெண்களை மடாலயத் தலைமை ஜென்னியிடம் ஒப்படைத்துவிட்டு அடுத்த கிராமத்துக்குச் சென்றுவிடுவார்.

தலைமை ஜென்னி தன்னால் இயன்றவரை சிறப்பாகவே அந்தப் பெண்களுக்குப் பாடம் சொல்லித் தந்தார். ஆனால் சீனத்துப் பெண்களின் சிகையலங்காரத்தைக் கடந்து ஜென் உள்ளே செல்லவில்லை. தலைமை ஜென்னி வருத்தமடைந்து அக்காவோ மெகூமீயிடம் 'இவர்களை ஞானமடைய வைப்பது அத்தனை எளிதல்ல' என்று சொன்னார்.

என்ன செய்யலாம் என்று அவர் கேட்டதற்கு, 'சிறிது நம்பிக்கை அளிப்பவர்கள் மட்டும் மடாலயத்தில் இருக்கட்டும். நான் நிராகரிப்பவர்களை அழைத்துச் சென்றுவிடு' என்று சொன்னார்.

மறுநாள் முதல் அக்காவோ மெகூமீ, தலைமை ஜென்னி நிராகரித்த பெண்களையெல்லாம் ஷாங்காய் நகருக்கு அழைத்துச் சென்று ஆளுக்கொரு மாப்பிள்ளை பார்த்துத் திருமணம் செய்துவைக்க ஆரம்பித்தார்.

'ஐயோ நீங்கள் என்ன செய்கிறீர்கள் அக்காவோ மெகூமீ? அந்தப் பெண்கள் ஜென் ஞானிகளாவதற்காகத்தானே உங்கள் மடாலயத்துக்கு அனுப்பினோம்?' என்று பேரரசி வூ ஸெடியன் அலறினார்.

'பதற்றப்படாதீர்கள் அரசியாரே. கல் தடுக்கினாலும் பிறக்கும், கல்யாணம் தடுக்கினாலும் பிறக்கும்' என்றார் அக்காவோ மெகூமீ.

சரி, ஜென்னை நன்கறிந்தவர்கள் சொன்னால் சரியாகத்தான் இருக்கும் என்று அரசியார் சும்மா இருந்துவிட்டார். ஓராண்டு காலத்தில் மஞ்சள் ஆற்றங்கரை மடாலயத்துக்கு நூறு பெண்கள் ஜென் கற்பதற்கு வந்தார்கள். அவர்களிலிருந்து தொண்ணூறு பேரை அக்காவோ மெகூமீ ஷாங்காய்க்கு அழைத்துச் சென்று வரன் பார்த்துக் கட்டி வைத்திருந்தார்.

ஷாங்காய் நகரில் இனி திருமண வயதில் பையன்களே இல்லை என்ற நிலை வந்தபோதுகூட அவர் நகரத்தை மாற்றி ஜுசியான், நான்ஜிங் பிராந்தியங்களில் மாப்பிள்ளை பார்க்கத் தொடங்கினாரே தவிர சீனப் பெண்களுக்குத் திருமணம் செய்து வைக்கும் திட்டத்தை நிறுத்தவில்லை.

மடாலயத்தின் தலைமை ஜென்னிக்கு வெளியே சொல்ல முடியாத ஓர் இக்கட்டு. இன்னும் ஓராண்டுக்குள் ஒரே ஒரு சீனப் பெண்ணாவது ஜென்னில் கரை கண்டு ஞானியாகாவிட்டால் உங்கள் இருவரையும் கொன்றுவிடுவேன்' என்று பேரரசி வு ஸெடியன் அவரிடம் சொல்லியிருந்தார். ஆனால், அவர் எவ்வளவோ முயற்சி செய்தும் அந்தப் பெண்களுக்கு ஞானப்பாதை சரிப்பட்டு வரவில்லை.

ஜென்னி வைக்கும் தேர்வுகளில் எப்பாடு பட்டாவது பூஜ்ஜிய மதிப்பெண் பெற்று அவர் கோபத்துக்கு ஆளாகி வெளியேறிவிடுவார்கள். நேரே அக்காவோ மெகூமீயிடம் சென்று விவரம் சொன்னால் அவர் உடனே மாப்பிள்ளை பார்த்துத் திருமணம் செய்து வைத்துவிடுவார். அடுத்த பத்து மாதங்களில் தலைக்கு ஒரு சீனக்குட்டி.

வேறு வழியின்றி தலைமை ஜென்னி, அக்காவோ மெகூமீயை அழைத்து, 'தயவுசெய்து உன் திருமணச் சேவையை நிறுத்திக்கொள். இல்லாவிட்டால் பெரிய பிரச்னை ஆகிவிடும்' என்று சொல்லிப் பார்த்தார்.

அவர் கேட்கவில்லை.

‘உனக்கென்ன பைத்தியமா? ஏன் இப்படி ஒரு திருமணத் தரகரைப் போலச் செயல்படுகிறாய்?’ என்று கோபமாகக் கேட்டார்.

‘அன்பின் குருமாதா! இந்நாட்டில் பெண்களுக்கு ஜென் கற்பதினும் பிள்ளை பெற்றுப் போடுவதில்தான் விருப்பம் அதிகமாக இருக்கிறது. என்ன செய்ய?’ என்றார் அக்காவோ மெகூமீ.

‘நான் தோற்றுவிட்டேன். எனக்கு இது அவமானமாக உள்ளது’ என்றார் யப்பானிய ஜென்னி.

மறுநாள் அக்காவோ மெகூமீ மடாலயத்துக்கு ஒரு வாலிபனை அழைத்து வந்தார். அதிர்ச்சியடைந்த தலைமை ஜென்னி, ‘எதற்கு இவனை அழைத்து வந்தாய்?’ என்று கேட்டார்.

‘குருமாதா! நீங்கள் உங்களை நிராகரித்திருக்கிறீர்கள். எனவே நான் என் கடமையைச் செய்ய வந்தேன்’ என்றார் அக்காவோ மெகூமீ.

## 08. வாழ்வெல்லாம் பிரியாணி

ஜென் குரு ஜல்ஸாசான், மிக இளம் வயதிலேயே ஞானமெய்தியவர் என்று சொல்வார்கள்.

சீனத்துக்குத் தென் மேற்கே அல்வாஸி என்ற கிராமத்தில் கிபி ஏழாம் நூற்றாண்டில் ஆடு மேய்க்கும் இடைக் குலம் ஒன்றில் பிறந்த ஜல்ஸாசான், பதிநான்காம் நூற்றாண்டில் ஒருநாள் பிரியாணி உண்ணும்போது அதில் இருந்த கல்லைக் கடித்து, கணப் பொழுது அடைந்த துன்பத்தின் நிமித்தமாக ஞானமடைந்தார்.

பக்தி செய்து பார்த்துக் கிடைக்காத ஞானம், தவமிருந்து கிடைக்காத ஞானம், கடுமையான பல ஆத்ம பரிசோதனைகளின்போது வராத ஞானம், பிரியாணி உண்ணும்போது கிடைத்துவிட்டபடியால், சீடர்கள் அவரைப் பிரியமுடன் பிரியாணிசான் என்றும் அழைப்பார்கள்.

குரு ஜல்ஸாசானின் மடாலயத்தில் பெரிதாகப் பாட வகுப்புகள் ஏதும் நடைபெறாது. காலை உணவாக மீன் பிரியாணி கிடைக்கும். மதிய உணவாக மட்டன் பிரியாணி இருக்கும். இரவுக்கு சிக்கன் பிரியாணி. இங்ஙனம் மூன்று வேளையும் பிரியாணி கிடைக்கும் மடாலயம் என்பதால் நிறைய மாணவர்கள் ஜல்ஸாசானிடம் சேர வருவார்கள். ஆனால் அவ்வளவு எளிதில் அவர் எல்லோரையும் சேர்த்துக்கொண்டுவிட மாட்டார்.

வருகிற அனைவரிடமும் அவர் ஒரு தட்டு நிறைய பிரியாணியைக் கொடுத்து முதலில் சாப்பிடச் சொல்வார். உண்டு முடித்த பின்பு ஒரு கேள்வி கேட்பார்.

'பிரியாணியின் ருசி எதில் உள்ளது?'

கறியில் உள்ளது என்றும் அரிசி ரகத்தில் உள்ளது என்றும் சேர்க்கப்படும் மசாலா பொருள்களில் உள்ளதென்றும் தம் கட்டும் பதத்தில் உள்ளதென்றும் ஒவ்வொருவரும் ஒவ்வொரு பதிலைச் சொல்வார்கள். உடனே குரு அவர்களை வெளியே போகச் சொல்லிவிடுவார்.

பல ஆண்டுகளாக இது இப்படியே நீடித்ததில் சோர்வுற்ற ஊரார் பலர், 'குருவே! நீங்கள் எங்கள் பிள்ளைகளைச் சேர்த்துக்கொள்ள வேண்டாம். ஆனால் உங்கள் வினாவுக்கான பதிலையாவது சொல்லிவிடுங்கள்' என்று கேட்டுப் பார்த்தார்கள். குரு ஜல்ஸாசான் அவர்களுக்கும் ஒரு பிளேட் பிரியாணி கொடுத்து அனுப்பினாரே தவிர, பதில் சொல்லவில்லை.

இதனால் புதிய மாணவர்கள் யாருமின்றி, பிரியாணிக்குப் பழகிய பழைய மாணவர்கள் நான்கு பேரை மட்டுமே சீடர்களாகக் கொண்டு அவரது மடாலயம் இயங்கி வந்தது.

தினமும் மூன்று வேளை பிரியாணி உண்டும் குரு ஜல்ஸாசான் ஞானமடைந்த நாளில் இருந்தது போல

இளமையாகவே இருந்தார். ஆனால் அவரது சீடர்கள் வயது முதிர்ந்து ஒவ்வொருவரும் **140, 223, 417** போன்ற வயதுகளுக்குச் சென்றிருந்தார்கள்.

உள்ளதிலேயே வயதில் மூத்த சீடரான **421**, ஒருநாள் இறக்கும் கட்டத்தை அடைந்தார். அவரை வழியனுப்ப ஏற்பாடுகள் நடந்துகொண்டிருந்தன.

மரணப் படுக்கையில் இருந்த அவருக்கு அருகிலேயே குரு ஜல்ஸாசான் அமர்ந்திருந்தார். அவரது அன்பில் நெகிழ்ந்த **421** கண்களில் இருந்து நீர் வழிந்தது.

'குருவே தின்ற பிரியாணி அனைத்துக்கும் நன்றி. இறக்கவிருக்கும் நேரத்திலாவது எனக்குச் சொல்லுங்கள். பிரியாணியின் ருசி எதில்தான் இருக்கிறது?'

ஜல்ஸாசான் சில வினாடிகள் கண் மூடி அமர்ந்திருந்தார். பிறகு மற்ற மூன்று சீடர்களையும் அப்பால் செல்லச் சொல்லிவிட்டு **421**ஐப் பார்த்துப் புன்னகை செய்தார்.

'நான்கு நூற்றாண்டுகளாக இந்தக் கேள்வி என்னைக் குடைந்துகொண்டிருக்கிறது. பதில் தெரிந்து இறந்தால் நான் பிறவியற்றுப் போவேன்' என்றார் **421**.

'சரி, கடைத்தேறு! பிரியாணியின் ருசி பிரியாணியில்தான் இருக்கிறது' என்று சொல்லிவிட்டு ஹாஹாஹாவெனச் சிரித்தார் குரு ஜல்ஸாசான்.

அந்த அதிர்ச்சியிலேயே **421** இறந்து போனார்.

# 09. பேசாக் கலை

ஆதிமூல ஜென் குருமார்களுள் ஒருவரான ஹகுயின் இகாகு காலத்தில், சேச்சுரா கும்ரா சொஸேகி என்று இன்னொரு ஜென் ஞானியும் வாழ்ந்து வந்தார். மற்ற குருமார்களைப் போல சேச்சுரா கும்ரா சொஸேகிக்கு சொந்தமாக மடாலயம் ஏதும் கிடையாது. அவர் ஒரு ஜென் குரு என்பது தெரிந்திருந்தாலும் அவரை அணுகி, சீடராகச் சேருவதற்கு யாரும் வரவில்லை. தன் மனம் போன போக்கில் ஹிமேஜி நகரத்தில் சுற்றிக்கொண்டிருப்பார். ஓய்வெடுக்கத் தோன்றினால் ஏதாவதொரு மரத்தடியில் அமர்வார். யாராவது சாப்பிடக் கொடுத்தால் உண்பார். எப்படி யாரிடமும் அவர் எதையும் எதிர்பார்க்க மாட்டாரோ, அப்படியேதான் அவராலும் யாருக்கும் எந்தப் பயனும் இருந்ததில்லை.

அவர் ஞானமடைந்தவர் என்பதையே ஊரார் மிகவும் தாமதமாகத்தான் கண்டுபிடித்தார்கள். சேச்சுரா கும்ரா சொஸேகி எங்கே அலைந்து திரிந்தாலும் ஒரு பனை ஓலை

மூட்டையை உடன் எடுத்துச் செல்வார். தப்பித்தவறி வழியில் யாராவது எதையாவது கேட்டுவிட்டால் உடனே ஓர் ஓலையை உருவி எதையாவது எழுத ஆரம்பித்துவிடுவாரே தவிர, வாய் திறந்து பேசியதே கிடையாது.

ஒருவேளை அவர் பேச்சுத் திறன் அற்றவராக இருக்கலாம் என்று புதிய தலைமுறை யப்பானியர்கள் அவ்வப்போது பேசிக்கொள்வார்கள். ஆனால் அது உண்மையல்ல. சேச்சுரா கும்ரா சொஸேகிக்குப் பேச வரும், அவர் பேசிக் கேட்டிருக்கிறோம் என்று அறுபது வயதைக் கடந்த தலைமுறையினர் சொன்னார்கள். ஞானமடைந்த பின்புதான் அவர் பேசுவதை நிறுத்தினார் என்று ஹிமேஜி பிராந்தியத்தில் வசித்தவர்கள் கருதினார்கள்.

ஓலைத்தாள்களில் அப்படி அவர் என்னதான் எழுதுகிறார் என்று தெரிந்துகொள்ள, அவர் உறங்கும் நேரத்தில் ஊரார் அவரது அழுக்கு மூட்டையை அவிழ்த்துப் பார்ப்பது வழக்கம். ஆனால் ஒரு சொல் கூடப் புரியாது. அவர் என்ன மொழியில் எழுதுகிறார் என்றே யாராலும் கண்டுபிடிக்க முடியவில்லை. ஒரு சில சுவடி மாதிரிகளை எடுத்துச் சென்று பன்மொழி வித்தகர்களிடம் கொடுத்து, அதில் எழுதப்பட்டிருப்பது என்ன மொழி என்று கேட்டறியப் பார்த்தார்கள். ஆராய்ச்சி செய்து பார்த்துவிட்டு அவர்கள் கைவிரித்துவிட்டார்கள். சரி, நாமறியாத ஏதோ ஒரு மொழியில் எதையோ எழுதி வைக்கிறார்; என்றாவது ஒரு தென்ஷி இறங்கி வந்து படித்துக்காட்டும் என்று அவர்களும் அதை அப்படியே விட்டுவிட்டார்கள்.

இந்தக் கதையின் முதல் வரியில் நாம் பார்த்த ஹகுயின் இகாகு தனது நீடித்த ஜென் பயிற்சிகளாலும் அதை நேர்த்தியாகக் கற்றுத்தரும் திறமையினாலும் புகழ் பெற்று, தனது காலத்திலேயே ஒரு நட்சத்திரமாகியிருந்தார். பல்வேறு தேசங்களில் இருந்தும் அவரைத் தேடி மாணவர்கள் வந்தவண்ணம் இருந்தார்கள். ஒரு

கட்டடத்தில் அவரது மடாலயத்தில் இன்னொருவர் உள்ளே நுழையக்கூட இடமில்லாமல் போய்விடவே, என்ன செய்து சமாளிப்பது என்று யோசித்தார். இறுதியில் தான் ஞானமடைவதற்கு முந்தைய காலத்து நண்பரான சேச்சுரா கும்ரா சொஸேகியிடம் உதவி கேட்கலாம் என்று முடிவு செய்தார். சில சீடர்களை அனுப்பி, அவர் எங்கிருந்தாலும் அழைத்துவரும்படிச் சொன்னார்.

ஊரெல்லாம் தேடித் திரிந்த சீடர்கள், ஒரு தரைக் கிணறின் ஓரத்தில் அவர் படுத்துத் தூங்கிக்கொண்டிருப்பதைக் கண்டார்கள். பாய்ந்து சென்று அவரை இழுத்துப் போட்டு, 'என்ன காரியம் செய்துவிட்டீர்கள் குருவே! அரை அடி திரும்பினீர்களென்றால் கிணற்றில் விழுந்திருப்பீர்களே!' என்று சொல்லி எழுப்பி உட்கார வைத்து, வந்த விஷயத்தைச் சொன்னார்கள்.

சேச்சுரா கும்ரா சொஸேகி பதிலேதும் சொல்லாமல் ஒரு ஓலையை எடுத்து எதையோ எழுதித் தன் அழுக்கு மூட்டைக்குள் சொருகிக்கொண்டார்.

'ஹகுயின்சான் உங்களைக் கையோடு அழைத்து வரச் சொன்னார். மறுக்காமல் வரவேண்டும்' என்று கெஞ்சிக் கூத்தாடி அவரை மடாலயத்துக்கு அழைத்துச் சென்றார்கள்.

ஹகுயின் இகாகு தமது பழைய நண்பரை அன்போடு வரவேற்று, மணம் மிகுந்த தேநீர் அளித்து உபசரித்தார். நெடுநேரம் ஏதேதோ பேசிக்கொண்டிருந்தார். சேச்சுரா கும்ரா சொஸேகி எதற்குமே பதில் சொல்லாமல் ஒன்று, பத்து, இருபது, நாற்பது என்று ஓலைகளை உருவி உருவி எழுதிக்கொண்டே இருந்தார்.

ஹகுயின் இகாகு களைத்துப் போனார். 'பதில் சொல்லுங்கள் சேச்சுரா கும்ரா சொஸேகி! ஞானம், கொடுத்தால் மட்டுமே பிறப்பது அல்லவா?'

இப்போது அவர் பேசினார்.

'ஞானம் பிறக்கும். ஜென் இறந்துவிடுமே?'

# 10. சமோசா

டாங் வம்சம் சீனத்தை ஆண்டுகொண்டிருந்த கிபி ஒன்பதாம் நூற்றாண்டின் தொடக்க காலத்தில் தாங்ஷன் லியாஞ்சி (Dongshan Liangjie, 807-869) என்றொரு ஜென் குரு வாழ்ந்து வந்தார். பிற்காலத்தில் ஸோடோ ஜென் என்று ஜப்பானில் அறிமுகமாகி, உலகம் சுற்றும் வாலிபனான ஜென் சாதனா முறையைத் தோற்றுவித்தவர் இவரே.

பெரிய ஞானி என்றாலும் தாங்ஷன் லியாஞ்சிக்கு ஒரு குறை இருந்தது. சமோசாவுக்குள் உருளைக்கிழங்கு மசாலாவை அடைப்பது போலத் தத்துவத்தைக் கதைக்குள் சொருகிக் கொடுக்கும் கலை அவருக்கு அவ்வளவாகக் கைவரவில்லை. தன்னால் முடிந்த விதங்களில் எல்லாம் முயற்சி செய்து பார்த்தும் அவர் உருவாக்கிய கதைகளில் செவ்வியல்தன்மையோ இலக்கியத்தரமோ கூடாதிருந்தது. இப்படியே இது வெளியேறினால் கமர்ஷியல் ஜென்

என்று முத்திரை குத்திவிடுவார்களே என்று மிகவும் கவலைப்பட்டார்.

எனவே தனது தத்துவங்களைக் கதை சமோசா ஆக்கும் பொறுப்பைக் கற்பனை வளம் மிக்க மாணவரான ச்செங்-சின் குப்பூச்சாவிடம் ஒப்படைத்தார். ஒவ்வொரு நாளும் இரவு படுக்கப் போகும் முன்னர் லியாஞ்சி ஒரு தத்துவக் குறிப்பைக் கொடுப்பார். ச்செங்-சின் குப்பூச்சா அதை உள்வாங்கிக்கொண்டு தூங்கப் போய்விடுவார். காலைத் தேநீர் நேரத்தில் முன் தினம் குருநாதர் கொடுத்த தத்துவக் குறிப்பை ஒரு கதைக்குள் அடைத்து அவருக்கே திருப்பிக் கொடுத்துவிடுவார்.

இந்த உத்தி பலனளித்தது.

சில நாள்களிலேயே லியாஞ்சியைத் தேடி வரும் கூட்டம் அதிகரிக்கத் தொடங்கியது. ஒவ்வொரு நாளும் அவர் சொல்லும் கதைகள் உடனுக்குடன் பிரபலமாகி சீனத்தின் எல்லை கடந்து உலகெங்கும் சுற்றுப்பயணம் மேற்கொள்ளத் தொடங்கின. கதைகளின் இறுதியில் அவர் வைக்கும் முத்தாய்ப்பை 'எப்பிடி பட்ட வரிகள்' என்று ஜென்னுலகம் விதந்தோதியது.

எல்லாம் சரியாகத்தான் போய்க்கொண்டிருந்தது. தாங்ஷன் லியாஞ்சிக்குச் சிறிய அளவில் குற்ற உணர்வு உண்டாகத் தொடங்கி அது ஒரு புற்றுநோய் போல விரைந்து வளர்ந்து, இரவுகளில் தூக்கத்தை அழித்தது. ஒரு சீடனைப் பேயெழுத்தாளனாக வைத்துக்கொள்வது சார்ந்த உறுத்தல் அது.

இப்போதைக்கு ச்செங்-சின் குப்பூச்சா வெறும் சீடன்தான். அவன் சொந்தமாகக் கடை திறக்க நாளாகும். அதுவரை அவனால் ஆபத்தில்லை. ஆனால் என்றாவது ஒரு நாள் அவனும் ஒரு ஞானியாகாமல் போகமாட்டான். அவனது ஞானத்தின் அடிப்படையே இந்தப் பேயெழுத்தாக அமைந்துவிட்டால் சரித்திரம் தன்னை எங்கே கொண்டு நிறுத்தும்?

இந்த எண்ணம் தந்த அச்சம், குரு தாங்ஷன் லியாஞ்சியை வாட்டி வதைத்தது. நீண்ட யோசனைக்குப் பிறகு ஒரு முடிவெடுத்தார். தனது சிந்தனைகள் மக்களுக்குப் போய்ச் சேரவே இல்லாவிடினும் பிரச்னையில்லை. இனி ஒசி சமோசாவைத் தொடுவதில்லை.

மறுநாள் காலை தேநீர் நேரத்தில் ச்செங்-சின் குப்பூச்சாவைக் கண்டதும் லியாஞ்சி சொன்னார்,

'இனி எனக்கு உன் கதைகள் தேவையில்லை. போய்விடு.'

அதிர்ச்சியடைந்த ச்செங்-சின் குப்பூச்சா என்ன ஆயிற்று என்று பலவிதமாகக் கேட்டுப் பார்த்தும் லியாஞ்சியால் உண்மைக் காரணத்தைச் சொல்ல முடியவில்லை. நெடுநேரம் போராடிச் சலித்த ச்செங்-சின் குப்பூச்சா, இறுதியில் வெகுண்டெழுந்து கத்தினார்,

'ஜெமினி AI க்கு $240 கட்டி லைசென்ஸ் எடுத்திருக்கேன். இப்ப வேணான்னா உங்கப்பனா வந்து பணம் குடுப்பான்?'

# 11. பெய்டு பிரமோஷன்

பதினெட்டாம் நூற்றாண்டின் முற்பகுதி ஆண்டொன்றின் நி-கத்ஸுவில் (அநேகமாக கிபி *1731* ஆக இருக்கலாம்), லாமோ சுஷிமோடோ (Klamo Tsushimoto) என்ற ஹரா கிராமத்து இளைஞன் ஒருவன், அதே கிராமத்தில் பிறந்தவரான ஜென் குரு ஹகுயின் இகாகுவிடம் சீடனாகச் சென்று சேர்ந்தான்.

விரைவிலேயே மடாலயத்தின் முக்கியமான சீடன் என்று அறியத்தக்க வகையில் அவனது செயல்பாடுகள் அமைந்திருந்தன. வாழ்க்கைப் பாடங்களாக ஹகுயின் சான் கற்றுத்தரும் அனைத்தையும் சரியான விதத்தில் புரிந்துகொண்டு, அதற்கேற்பத் தன்னையொரு நூறு சத ஜென்-மமாக உருமாற்றிக்கொண்டான்.

முப்பத்திரண்டாவது வயதில் மடாலயத்தை விட்டு வெளியேறி, உலகம் சுற்றத் தொடங்கியவனுக்கு முப்பத்தேழாவது வயதில் ஞானம் பிறந்தது. பிறகு

தனது பிறந்த கிராமமான ஹராவுக்கே திரும்பி வந்து ஒரு மடாலயத்தை எழுப்பி, மாணவர்களுக்கு போதிக்கத் தொடங்கினான்.

அப்போது அவனது குரு ஹகுயின் இகாகு உயிருடன் இல்லை. ஆனால் அவர் தொடங்கிய மடாலயம் இருந்தது. அவரது பிற்காலச் சீடர்கள் சிலர் அதை வழி நடத்திக்கொண்டிருந்தார்கள். அவர்களுக்கு லாமோ சுஷிமோடோவைப் பற்றித் தெரிந்திருந்ததால், போட்டி குருவாக நினைக்காமல் மரியாதையாகவே பழகி வந்தார்கள்.

அந்தக் காலக்கட்டத்தில் ஜப்பானின் மன்னராக இருந்தவர் கோ-மொமோஸொனோ. ஹகுயின் இகாகுவின் சிறந்த சீடரான லாமோ சுஷிமோடோ ஊர் திரும்பியிருப்பது குறித்துக் கேள்விப்பட்டு நேரில் சென்று வணங்கினார். அன்றுமுதல் இருவரும் நெருங்கிய நண்பர்களாகிவிட்டார்கள்.

மன்னர் அடிக்கடி லாமோசானைத் தனது அரண்மனைக்கு அழைத்தார். விருந்து உபசாரங்கள் செய்தார். அரசாங்க விவகாரங்களைக் குறித்து அவரிடம் விவாதித்தார். அவர் கூறும் அறிவுரைகளைக் கேட்டு நடக்கத் தொடங்கினார்.

இதனால் லாமோசான் தனது சீடர்களுடன் செலவிடும் நேரம் கணிசமாகக் குறையத் தொடங்கியது. மடாலய மாணவர்கள் ஒவ்வொரு நாளும் இன்று என்ன பாடம் கற்போம் என்று ஆவலுடன் காத்திருப்பார்கள். லாமோசான் வகுப்பறைக்கு வந்ததும் 'எல்லோரும் சாப்பிட்டீர்களா?' என்று கேட்பார். அவர்கள் தலையாட்டியதும் போய்விடுவார்.

ஆனால் மன்னருக்கு எதிராக யாராவது கருத்து சொன்னால், உடனே அதனை நிராகரித்து, விளக்கப் பிரசங்கம் செய்வார். மன்னரின் அருமை பெருமைகள் குறித்துத் தொடர் சொற்பொழிவுகள் நிகழ்த்துவார்.

மன்னர் ஒரு செடி நட்டால்கூட 'உலகம் செழித்தது' என்பார்.

இது அவரது முதன்மைச் செயல்பாடாக ஆனதால், மடாலயத்தின் சீடர்களை அநேகமாக மறந்தேவிட்டார்.

பல நாள் பொறுத்துப் பார்த்த சீடர்கள் மிகவும் கவலை அடைந்தார்கள். நிலைமை இவ்வாறாகவே தொடர்ந்தால் தாங்கள் ஜென் பயின்று ஞானமடைவதற்குள் பிறவியே முடிந்துவிடும் என்று அஞ்சினார்கள். எனவே, ஹகுயின் இகாகுவின் பழைய மடாலயத்துக்குச் சென்று அங்கிருந்த தலைமை குருவைச் சந்தித்துப் பேசினார்கள்.

'ஐயா எங்கள் ஆசிரியர் உண்மையிலேயே ஜென் ஞானிதானா என்று சந்தேகமாக உள்ளது.'

'அப்படிச் சொல்லாதீர்கள். அவர் ஞானிதான்.'

'ஆனால் அவர் இப்போதெல்லாம் ஜென்னைப் பயிற்சி செய்வதும் இல்லை; எங்களுக்கு போதிப்பதும் இல்லை.'

'அப்படியானால் நிச்சயமாக ஞானிதான்.'

'ஒரு ஜென் துறவி போல அவர் பேசுவதுகூடக் கிடையாது.'

'மிகச் சரி. ஜென், பெய்டு பிரமோஷன்களை அனுமதிப்பதில்லை.'

# 12. தேரீல்

சீனத்திலும் யப்பானியத்திலும் மட்டும்தான் ஜென் குருமார்கள் தோன்றி மறைவார்கள் என்பது ஒரு தவறான நம்பிக்கை. இந்தக் கதை மதராசபிரதேசத்தில் உள்ள கோடம்பாக்கம் என்னும் கிராமத்தில் கிபி பத்தாம் நூற்றாண்டுக்குப் பத்து நூற்றாண்டுகள் தள்ளிப் பிறந்த ஒரு தேநீர் விடுதிக்காரரைப் பற்றியது. பிறந்த சில நாள்களுக்குப் பிறகு அவர் பெயர் மாரிமுத்து என்பதாகும்.

மாரிமுத்து எப்போது மாரிசான் ஆனார் என்பது அநேகமாக அவருக்கே தெரியாது. உறக்கத்தில் வருகிற மரணம் எப்படி உயர்வானதென்று கருதப்படுகிறதோ, அப்படி அவருக்கு உறக்கத்தில் ஒரு நாள் ஞானம் பிறந்தது. அதுவரை வேலைவெட்டி எதுவும் பாராமல் ஊர் திரிந்துகொண்டிருந்தவர், அந்த உறக்க தினத்துக்கு மறுநாள் ஒரு தேநீர் விடுதியைத் திறந்தார்.

‘எப்டிங்க?’ என்று மாரிசானின் மனைவி கேட்டாள்.

‘தெர்ல.’

பளபளவென ஒரு பாய்லரையும் பத்திருபது பால் பாக்கெட்டுகளையும் ஏழெட்டுக் கண்ணாடிக் குவளைகளையும் தனது சீராக எடுத்துக்கொண்டு மாரிசானின் மாமனார் கடைத் திறப்பு விழாவுக்கு வந்து வாழ்த்திவிட்டுச் சென்றார். புறப்படும் முன் அவர் தமது மருமகனிடம் சொன்னார்,

‘ஒரு தபா உன் கடைக்கு வந்தவன் உசிரு போற வரைக்கும் வந்துகினே இருக்கணும். அதுக்கு இன்னா செய்யணுமோ செய்யி.’

அன்று முதல் மாரிசான் தேநீர் தயாரிப்புக் கலையில் பல நூதனமான ஆராய்ச்சிகளை மேற்கொள்ளத் தொடங்கினார்.

தேநீர் உலகில் இஞ்சி தேநீர், மசாலா தேநீர், புதினா தேநீர் போன்றவை அக்காலத்தில் புழக்கத்தில் இருந்தன. மாரிசான் முதல் முதலாக சாத்துக்குடித் தோல் தேநீர், வெற்றிலைத் தேநீர், பச்சை மிளகாய்த் தேநீர், ஊறுகாய்ச் சாறு தேநீர் எனச் சிலவற்றை நேயர்களுக்கு அறிமுகப்படுத்தினார்.

அவற்றை அருந்திப் பார்த்த ஜென்னறியாப் பாமர மக்கள், உடனுக்குடன் முகம் சுளித்துத் தமது அதிருப்தியை வெளிப்படுத்தினார்கள். மாரிசான் அது குறித்தெல்லாம் கவலைப்படாமல் தொடர்ந்து கிச்சிலிக்காய்த் தேநீர், வெங்காயச் சாறு தேநீர், பூண்டுத் தேநீர் என்று மேலும் சில கண்டுபிடிப்புகளை நாட்டு மக்களுக்கு அர்ப்பணித்தார்.

எனவே மாரிசானின் தேநீர் விடுதிக்கு வரும் மக்கள் அனைவரும், வரும்போதே ‘ஆடினரி டீ’ என்று சொல்லிக்கொண்டு வரத் தொடங்கினர்.

இதனாலெல்லாம் மனம் வருந்தாத மாரிசான், அதிலும் சில புதுமைகளைப் புகுத்தினார். பாதி காய்ந்த பால், தண்ணீருக்கு பதில் பன்னீர் சோடாவில் தயாரித்த தேயிலைச் சாறு, சர்க்கரைக்கு பதிலாக இடித்துப் போட்ட புளிப்பு மிட்டாய் என்பன போன்ற அவரது நூதன வினோதங்கள் பாமர மக்களுக்குப் புரியவில்லை.

'இனி உன் கடைப்பக்கமே வரமாட்டேன்யா!' என்று அடித்துப் பிடித்து ஓடத் தொடங்கினார்கள்.

திறப்பு விழா நடந்த மூன்று மாதங்களில் நேயர் வரத்து முற்றிலும் நின்றுவிட்டது. இதனால் வருத்தமடைந்த மாரிசானின் மனைவி, நீதி விசாரணை கோரித் தன் தந்தைக்கு மனு அனுப்பினாள். திண்டிவனத்திலிருந்து பஸ் பிடித்து வந்திறங்கிய தந்தையும் நீதிமானுமானவர், மாரிசானின் தேநீர் விடுதிக்கு வந்து சிறிது நேரம் பொதுவாக அவரோடு பேசிக்கொண்டிருந்தார். பிறகு, தேநீர் அருந்த யாருமே வராததன் காரணம் என்னவாக இருக்கும் என்று கேட்டார்.

ஞானமடைந்தவரான மாரிசான் எதையும் மாற்றாமல், மறைக்காமல் நடந்ததை அப்படியே சொன்னார். அதிர்ச்சியடைந்த மாமனார், 'லூசாடா நீ?' என்று கேட்டார். பிறகு மேலும் சில வசைச் சொற்களைப் பயன்படுத்திக் கடையை இழுத்துப் பூட்டினார். சாவியைத் தன் மகளிடம் கொடுத்து, அவளைத் தன்னுடன் திண்டிவனத்துக்கு அழைத்துச் சென்றார்.

மாரிசான் அப்போதும் வருந்தவில்லை. அமைதியாகப் படுத்துத் தூங்கினார். ஜென் சரித்திரத்தில் முதல் முறையாக, அன்றைய உறக்கத்தில் அவருக்கு இரண்டாவது முறை ஞானம் பிறந்தது. மாரிசான், மாரிசாஞ்சான் ஆனார்.

அன்று முதல் தனது நூதன தேநீர் கண்டுபிடிப்புகளைப் பத்து வினாடி ரீல்களாகத் தயாரித்து யூட்யூபில் வெளியிட ஆரம்பித்தார். குடித்துப் பார்த்து முகம் சுளித்த அத்தனை

பேரும் அவற்றை விரும்பிப் பார்த்து லைக் செய்தனர். மிக விரைவில் மாரிசான் தேரீல் விற்று லட்சாதிபதி ஆனார்.

கோபித்துக்கொண்டு சென்ற திண்டிவனம் மாமனார், மன்னிப்புக் கேட்டுக்கொண்டு மகளுடன் வந்து ஒப்படைத்துவிட்டுச் சென்றார்.

புதிய வீடு, கார் இதர வசதிகளைக் கண்டு வியந்த திண்டிவனத் தந்தையின் மகள், ‘எப்டிங்க?’ என்றாள்.

‘தெர்ல’ என்றார் மாரிசான்.

## 13. பரவச நிலை

குரு சிங்ரா ஹகேமாரு முற்றிய நிலை ஜென்னால் பீடிக்கப்பட்டிருப்பதை உணர்ந்து சீடர்கள் மிகுந்த கவலை கொண்டார்கள். கண்ணுக்குப் புலப்படும் உலக நடப்புகள் எதுவுமே அவரது நன்கு ஷேவ் செய்த தலைக்குள் நுழைய மறுத்தன.

'குருவே, லைன்மேன் வந்திருக்கிறார். மின் கட்டணம் செலுத்தாததால் மடாலய மின்பெட்டியின் ஃப்யூஸைப் பிடுங்கப் போவதாகச் சொல்கிறார்.'

'இருளின் ஒளியை ஜென் அறியும்.'

'குருநாதா, சேட்டுக்கடன் தவணைத் தேதி நெருங்கிவிட்டது என்று உங்கள் மனைவி நினைவூட்டச் சொன்னார்.'

'தவணைகளை அல்ல; ஜென் முழுமையையே உத்தேசிக்கும்.'

‘குருவே, மடாலய மாணவர்களில் பலர் கல்விக் கட்டணம் செலுத்தாதிருக்கிறார்கள். அவர்கள் வீட்டுக்கு நோட்டீஸ் அனுப்பலாமா?’

‘எழுதாத காகிதங்களில் பிழை இராது.’

‘உங்களது பழைய கடன் பாக்கிகளையாவது கேட்டு வசூலித்தால் சிரமம் சிறிது நீங்குமல்லவா?’

‘கோப்பையை உடைத்துவிட்டால் தேநீர் எப்படி நிரம்பும்?’

சோர்வுற்ற சீடர்கள், சிங்ரா ஹகேமாருவின் வீட்டுக்குச் சென்று அவரது மனைவியைச் சந்தித்து நிலைமையை எடுத்துச் சொன்னார்கள். ஆனால் வீட்டு நிலைமை, மடாலயத்தின் நிலைமையினும் மோசமாக இருந்தது. சிங்ரா ஹகேமாருவின் மனைவி, அக்கம்பக்கத்தில் பிடி அரிசி இரவல் வாங்கிப் பிழைப்பை ஓட்டிக்கொண்டிருந்தார்.

‘குருமாதா, உங்கள் கணவரிடம் எப்படிச் சொன்னாலும் எடுபடுவதில்லை. அவர் எப்போதும் ஜென்னின் ஆனந்தப் பரவச நிலையிலேயே இருக்க விரும்புகிறார். நாங்கள் என்ன செய்ய?’ என்று சீடர்கள் கேட்டார்கள்.

வெகுண்ட குருமாதா, ‘அப்படியானால் அவர் அந்தக் கருமத்தையே கட்டிக்கொண்டு அழட்டும்’ என்று சொல்லிவிட்டு, எடுத்துக்கொள்ளப் பெட்டி ஏதும் இல்லாததால், தன் குழந்தையை மட்டும் தூக்கிக்கொண்டு பிறந்த வீட்டுக்குப் போய்விட்டார்.

சீடர்கள் எவ்வளவோ முயற்சி செய்தும் அவரைத் தடுக்க முடியவில்லை. எனவே சோர்வுற்று மடாலயத்துக்குத் திரும்பினார்கள்.

தனது அறுந்த செருப்பை எதிரே வைத்துக்கொண்டு, நூல் கோத்த ஊசியை உள்ளே செலுத்தினால் அதற்கு வலிக்குமா என்ற ஆராய்ச்சியில் ஈடுபட்டுக்கொண்டிருந்த

சிங்ரா ஹகேமாருவிடம் நடந்ததைச் சொல்லி, 'நீங்கள்தான் சென்று அவரை சமாதானப்படுத்தி அழைத்து வர வேண்டும்' என்று கேட்டுக்கொண்டார்கள்.

'ஜென் என்பது இரு தரப்புப் பரவச நிலை. கலைக்காதீர்கள்!' என்று சொல்லிவிட்டு எழுந்து சென்றார், சிங்ரா ஹகேமரு.

# 14. ஜென் கடிகாரம்

முன்னொரு தற்காலத்தில் ஹிமோ மர்தோ மகோடோ (Hymo Marto Makoto) என்ற ஜென் குரு ஆவடியில் பிறந்து பெகிங்கில் வாழ்ந்து வந்தார். அவர் நம்ப முடியாத அளவுக்கு எளிமையானவர். எவ்வளவு நம்ப முடியாது என்றால், அவரையே நம்ப முடியாத அளவுக்கு. கால் வயிறு உண்டு, கந்தலாடை உடுத்தி, காலணி அணியாமல் கால் நடையாகவே எங்கெங்கும் பயணம் செய்வார்.

தேநீர் விடுதிகளில், கட்டணக் கழிப்பறைகளில், கண்காட்சி வளாகங்களில், பேருந்து நிறுத்தங்களில் யாராவது அவரிடம் மணி கேட்பார்கள். அவர் உடனே குனிந்து பாதத்தைப் பார்த்துவிட்டு, குத்துமதிப்பாக நேரத்தைச் சொல்வார். அநேகமாக அது சரியாக இருக்கும்.

உடனே பரவசமாகிவிடும் மேற்படி யாராவது, 'ஓ, நீங்கள் பெரிய ஞானி!' என்பார்.

12
1
2
3
4
5
6
7
8
9
10
11

சிறியதொரு புன்னகையுடன், 'காலம் உங்கள் காலடியில்!' என்பார், மர்தோசான். உடனே அந்த நபர் மர்தோசானின் சீடராகிவிடுவார்.

இவ்வாறு பயணங்களில் பொறுக்கியெடுக்கும் சீடர்களை மடாலயத்துக்கு அழைத்து வந்து, அவர்களுக்குத் தன் கையாலேயே மொட்டை அடித்து, செந்நிற ஜென் சீருடை அணிவித்து, தீட்சை அளிப்பார்.

குரு மர்தோசானுக்கு நாய், பூனை, பல்லி, இளம் பெண்கள், கரப்பான் பூச்சிகளை வளர்ப்பதென்றால் அலாதி பிரியம். அவரது மடாலயத்தில் ஏராளமான வளர்ப்புப் பிராணிகள் இருந்தன. சீடர்களுக்கு அவர் ஜென் வகுப்பெடுக்கும்போது அவரது வளர்ப்புப் பிராணிகளும் வந்து அமர்ந்துகொள்ளும். அவரிடம் பயின்று நான்கு கரப்பான் பூச்சிகள், ஒரு பூனை, இரண்டு பல்லிகள், ஒரு பெண்கூட ஞானமடைந்து வெளியேறியிருக்கிறார்கள். இதனால் ஆவடி முதல் பெகிங் வரை அவரது செல்வாக்கு பரவியிருந்தது.

அந்நாளில், இந்த இரண்டு பண்டைய நகரங்களுக்கு இடைப்பட்ட பிராந்தியமான லும்பினியில் பிறந்து, பாடலிபுத்திரத்துக்கு இடம் பெயர்ந்து ஞானமடைந்திருந்த கௌதம புத்தர் என்னும் முப்பத்தைந்து வயது முதிர் இளைஞர், ஹிமோ மர்தோ மகோடோவின் சிறப்புகளைக் கேட்டறிந்து, அவரைக் காண ஆவல் கொண்டார்.

உடலை ஆவடியிலும் உள்ளத்தை பெகிங்கிலும் நிலை நிறுத்திய உயர்நிலை ஜென்குருவான மர்தோசான், அச்சமயம் தனது சீடர்கள் மற்றும் வளர்ப்பு ஜந்துக்களுடன் சாத்பூரா மலைக் கானகங்களில் சஞ்சரித்துக்கொண்டிருந்தார். இது தெரியாத கௌதம புத்தர், ஆயிரம் காதங்கள் நடந்து ஆவடியை அடைந்து ஹிமோ மர்தோ மகோடோவின் மடாலயம் எங்கே இருக்கிறது என்று விசாரித்துக்கொண்டிருந்தார்.

இதைத் தனது ஞானக்கண்ணால் பார்த்த ஹிமோ மர்தோ மகோடோ, சாத்பூரா மலைக்கானக சுற்றுப் பிரயாணத்தில் இருந்தபடியே கௌதம புத்தரின் அந்தராத்மாவினைத் தொடர்புகொண்டு, என்ன விஷயமாக வந்திருக்கிறீர்கள் என்று விசாரித்தார்.

'அது ஒன்றுமில்லை. மணி என்னவென்று தெரிந்துகொண்டு போக வந்தேன்.'

ஒரு வினாடி யோசித்த மர்தோசான்,

'ஜென் கடிகாரம் புத்தர்களுக்கு நேரம் காட்டுவதில்லை' என்று சொல்லிவிட்டுத் தொடர்பைத் துண்டித்தார்.

## 15. வடை வழி ஞானம்

ஜென் குரு சுமார்சானின் மடாலயத்தில் இருபது மாணவர்கள் பயின்றுவந்தார்கள். பொது அறிவு, உலக அறிவு, துறைசார் அறிவு மட்டுமல்லாமல், எதுவும் சாரா அறிவினங்களிலும் சிறந்தவர்களான அவர்களுக்கு ஒரேயொரு பிரச்னை இருந்தது.

குரு சுமார்சான், இட்லி போல விண்டெடுத்து விழுங்க இயலாத சிலவற்றை மொமோஸ் போலப் பூரணம் பிடித்துக் கதைகளாலான மின்அலை அடுப்பில் வைத்துப் பதம் பார்த்து விளக்குவார். சீடர்களோ, மொமோஸின் மேல் தோலை மென்று விழுங்கிவிட்டுப் பூரணத்தை எடுத்து வைத்துக்கொண்டு சூரணம் போலப் பார்த்துக்கொண்டிருப்பார்கள்.

'குருவே, நீங்கள் சொல்வது புரிவது போல அந்தக் கதைகள் சொல்வது புரிவதில்லையே' என்று ஒவ்வொரு நாளும் சொல்வார்கள்.

சுமார்சான், தான் உருவாக்கி அளிக்கும் கதை மொமோஸ்களை எப்படி வாயில் போட வேண்டும், எப்படி மெல்ல வேண்டும், எவ்வளவு நேரம் அதை வாயில் வைத்திருந்து, எப்போது உள்ளே தள்ள வேண்டும், முழுக்க விழுங்கிய பின்பு தொக்கி நிற்கும் ருசியை எப்படி உணர வேண்டும், அதை எப்படி நாவிலிருந்து சிந்தைக்குக் கொண்டு சென்று சேமிக்க வேண்டும் என்று பலவாறாக விளக்கியும் சீடர்களுக்கு எந்தக் கதையும் புரியாமலேயே இருந்து வந்தது.

'குருவே, தேங்காய் உடைப்பது போல நீங்கள் ஏன் ஜென்னை உடைக்கக் கூடாது?' என்று மூத்த சீடர் ஒருவர் கேட்டார்.

'தேங்காய் உடைப்பது போல மண்டையை வேண்டுமானால் உடைக்கலாம். ஆனால் ஜென், மண்டைக்குத் தொடர்பற்ற மனத்தின் உறவினரல்லவா?' என்றார் சுமார்சான்.

'புரியவில்லை குருவே' என்றனர் சீடர்கள்.

சரி இதையாவது புரியவைத்துவிடுவோம் என்று சுமார்சான் மீண்டும் ஒரு மொமோஸ் தயாரிக்க ஆயத்தமானார்.

'ஒரு கிழவி வடை சுட்டுக்கொண்டிருந்தாள். அங்கே ஒரு காகம் வந்தது. வடைகளில் ஒன்றைக் கொத்திச் சென்று மரத்தின் மீது அமர்ந்து உண்ணத் தொடங்கியது. இதைக் கண்ட நரி, வடையைக் களவாட விரும்பி, காகமே! நீ எவ்வளவு அழகாக இருக்கிறாய்! ஒரு பாட்டுப் பாடேன்? என்று கேட்டது...'

கதையைச் சொல்லிக்கொண்டிருக்கும்போதே சீடனொருவன் குறுக்கிட்டான்.

'குருவே, அது மசால் வடையா? மெது வடையா?'

அந்தக் கணம் சுமார்சானுக்கு ஞானம் பிறந்தது. நரியைத் துரத்திவிட்டு வடையை அவரே தாவிப் பிடித்து உண்டு முடித்தார். பிறகு,

'எவ்வளவு ருசியான அப்பம்!' என்று சொன்னார்.

# 16. களவாணி

போதி தருமர் இந்தியத் துணைக்கண்டத்திலிருந்து ஜென்னைக் கடத்திக்கொண்டு சீனத்துக்குச் சென்ற ஐந்தாம் நூற்றாண்டு காலாவதியாகி நாநூறு ஆண்டுகளுக்குப் பிறகு, லிஞ்சி இஜான் என்னும் ஞானி, சீனத்தின் நிகரற்ற ஜென் குருவாக அறியப்பட்டார். அவரது காலத்தில்தான் கணக்கு வழக்கே இல்லாத அளவுக்கு சீடரினத்தார் ஞானமடைந்துகொண்டிருந்தார்கள். உள்ளங்கையில் வடை தட்டிப் போட்டுப் பொரித்தெடுப்பது போல அவர் தன்னிடம் வரும் மாணாக்கர்களின் அஞ் ஞானத்தை அகற்றி, ஞான நெய்யில் பொரித்தெடுத்துக் கொண்டிருந்தார்.

லிஞ்சி இஜானின் ஞானமடைந்த சீடர்கள் சீனமெங்கும் பயணம் செய்து ஏராளமான ஜென் பனுவல்களை இயற்றி, அவற்றின் மூலம் மக்களுக்கு நற்போதனை செய்து வந்தார்கள். மக்களுக்கு ஞானம் வந்தாலும் வராவிட்டாலும் படிக்க சுவாரசியமான பனுவல்கள் பல

கிடைத்தன என்ற வகையில் லிஞ்சி இஜானையும் அவரது சீடர்களையும் அன்றைய சீனம், சிக்குக்கட்டை சொருகிய கொண்டைக்கு மேலே வைத்துக் கொண்டாடியது.

அக்காலத்தில் புதாங்குவா (Putonghua) ராக்கர் என்றொரு பனுவல் கொள்ளையர் கூட்டம் சீனத்தின் தகர்க்க முடியாத கெட்ட சக்தியாகப் பெருகி வளர்ந்துகொண்டிருந்தது. புதாங்குவா ராக்கரின் நிறுவனத் தலைவராக விளங்கியவர், ஹுய்கே ஜிஹான்.

ஹுய்கே ஜிஹான் தன்னை ஒரு ஞானமடைந்த ஜென் குருவாகவே அறிவித்துக்கொண்டாலும் அவரது ஞான சதவீதம் சற்று முன்பின்னாக இருப்பதாகக் கொண்டைச் சீனர்கள் சந்தேகப்பட்டார்கள். இதற்குக் காரணம், ஹுய்கே ஜிஹான் தனது போதனைகளிலும் பிரசங்கங்களிலும் வெளியிடும் பல கருத்துகள் ஏற்கெனவே லிஞ்சி இஜான் மற்றும் அவரது சீடர் குலத்தாரால் சொல்லப்பட்டதாக இருந்ததே ஆகும்.

கருத்து ஒழிகிறது, ஞானிகள் ஒரே மாதிரி தரிசனத்தில் கண்டெடுப்பதுதானே என்று பொருட்படுத்தாமல் இருந்தவர்கள்கூட, அவர் சொல்லும் கதைகளும் லிஞ்சி இஜானும் அவரது வழித் தோன்றல்களும் சொல்லும் கதைகளை அப்படியே பிரதி எடுப்பதாக இருந்ததைக் கண்டனர்.

இதுபோக அவரது இன்னொரு ஞானத்தொண்டு, லிஞ்சி இஜானும் அவரது சீடர்களும் இயற்றிய நூற்பாக்களைச் சொல் மாற்றிப் புதிய பதிப்பாகத் தனது சீடர்களின் பெயர்களில் அவர் வெளியிட்டுக்கொண்டது.

இதனால் அன்றைய சீனத்தில் ஒவ்வொரு தத்துவப் பிரதிக்கும் இரண்டிரண்டு வடிவங்கள் இருந்தன. எது ஞானமடைந்த சீடரின் பனுவல், எது பத்து சதவீத ஞானப் பனுவல் என்று கண்டுபிடிப்பதே பெரும்பாடாகிப் போனது.

சீடர்களின் நூற்பாக்களைத்தான் களவு செய்கிறார்கள், நாம் மூலவரான லிஞ்சி இஜானின் பிரதிகளை மட்டும் பயில்வோம் என்று ஒரு கட்டத்தில் மக்கள் முடிவு செய்யப் போக, அன்றே, அக்கணமே லிஞ்சி இஜானுக்கும் சரமாரியாகப் போலிப் பனுவல்கள் தோன்ற ஆரம்பித்தன. எல்லாமே புதாங்குவா ராக்கரின் திருவிளையாடல்கள்.

இதனால் வருத்தமுற்ற நியாயத் தீர்ப்பு மையத்தார், ஹுய்கே ஜிஹானின் பதுங்கு குகைக்கு நேரில் சென்று, நீங்கள் செய்வது நியாயமில்லை என்று சொல்லிப் பார்த்தார்கள்.

'ஜென், தருமத்தின்பாற்பட்டது. நியாயம் அதற்குப் பொருட்டில்லை' என்றார் ஹுய்கே ஜிஹான்.

'அப்படியானால் இது தருமமும் இல்லை' என்று சொன்னதற்கு,

'எதுவுமற்ற வெளியின் ஒளி' என்றார் ஹுய்கே ஜிஹான். திடுக்கிட்ட நியாயஸ்தர்கள் சிறிது நிதானமாக யோசித்துப் பார்த்தார்கள். அந்த வரியும் லிஞ்சி இஜான் முன்னொரு சமயம் குறிப்பிட்டதுதான் என்பது நினைவுக்கு வந்தது.

அக்கிரமக்காரர்களிடம் அதற்குமேலே வேறென்ன பேச முடியும்? வருத்தமுடன் புறப்பட்ட நியாயாதிபதிகள், லிஞ்சி இஜானிடம் வந்து நடந்ததைச் சொல்லிப் புலம்பினார்கள்.

'அவர் தெரிந்தே தவறு செய்கிறார். நிறுத்த மறுக்கிறார்.'

லிஞ்சி இஜான் அவர்களை ஆற்றுப்படுத்தி, தேநீர் அருந்தச் சொன்னார். பிறகு,

'ஜென்னுக்குப் பூட்டில்லை. ஆனால் நீங்கள் சாவி வைத்திருக்க வேண்டும்!' என்றார்.

## 17. எழுத்தர்

வஜ்ராயணம் எனப்படும் தாந்திரிக பவுத்தத்தை திபெத்தில் பரவலாக்கியவர், பத்மசாம்பவா என்கிற குரு ரின்பொச்சே. இவர் கிபி எட்டாம் நூற்றாண்டில் இந்தியாவில் பிறந்தவர். வளர்ந்ததெல்லாம் இந்தியாவில் என்றாலும் வாழ்ந்து மறைந்தது திபெத்தில்.

குரு ரின்பொச்சேவுக்கு ஏராளமான சீடர்கள் இருந்தார்கள். அவர்களுள் துல்கு லிங்பா என்பவர் முக்கியமானவர். எந்த விதத்தில் முக்கியமானவர் என்றால், ஞானமடைவதன் பொருட்டுத் தன்னை வருத்திக்கொள்வதில் இவரை விஞ்ச இன்னொருவர் அக்காலத்தில் இருந்ததில்லை. ஆனால் இறுதிவரை அவருக்கு அது கைகூடவில்லை.

ரின்பொச்சே எப்போது என்ன சொன்னாலும் மறு கணமே சுவடியை எடுத்து எழுதி வைப்பார். 'லிங்பா, குடிக்க சிறிது தண்ணீர் கொண்டு வா' என்று சொன்னாலும் இன்றைக்கு இத்தனை மணிக்கு குருநாதர் குடிநீர்

கேட்டார் என்று எழுதி வைத்துவிட்டுத்தான் எழுந்து சென்று எடுத்து வருவார்.

தியானத்தின் பல்வேறு முறைகளை ரின்பொச்சே விளக்கி, பயிற்சியளிக்கும்போது மிகத் தீவிரமாக அவற்றில் ஈடுபடுவார். ஆர்வம் தாங்க மாட்டாமல், தியானத்தில் இருக்கும்போதே மனத்தில் ஓடும் எண்ணங்களை வாய்விட்டுச் சொல்லத் தொடங்கிவிடுவார்.

'குருவே, இப்போது என் மனம் ஒரு நாகப் பாம்பைப் பின்தொடர்ந்து செல்கிறது. அந்தப் பாம்பு ஒரு மரத்தின்மீது ஏறுகிறது. கிளையொன்றில் கழுகு அமர்ந்திருக்கிறது. அது நாகத்தைப் பார்த்துவிடுகிறது. பாய்ந்து வந்து கவ்விப் பிடிக்கிறது. நாகம் தன் வாலைச் சுருட்டிக் கழுகின் கழுத்தை இறுக்குகிறது. ஐயோ, என்ன ஆகப் போகிறது என்று தெரியவில்லையேஞ்' என்று பரிதவிப்பார்.

'லிங்பா, உன்னை கவனிக்கத்தான் சொன்னேன். எனக்குத் தெரியப்படுத்தச் சொல்லவில்லை.'

'தியானத்தில் எழுதிக்கொண்டிருக்க முடியாதே. அதனால்தான் உங்களிடம் சொல்லி வைத்துவிடுகிறேன் குருவே' என்பார் லிங்பா.

மறுநாள் முதல் லிங்பா எதையும் எழுதவும் கூடாது, சொல்லவும் கூடாது என்று ரின்பொச்சே உத்தரவிட்டார். கையும் வாயும் கட்டப்பட்டதால் லிங்பா தியான வகுப்புகளில் தூங்கிவிட ஆரம்பித்தார்.

'லிங்பா, சத்தம் வராமல் தியானம் செய்' என்றார் ரின்பொச்சே. அது அவரால் முடியவில்லை. எனவே, 'நீ உட்கார்ந்து பயின்றது போதும். போய் வெளியுலகத்தைப் பார்த்துவிட்டு வா' என்று அனுப்பி வைத்தார்.

லிங்பா மடாலயத்திலிருந்து புறப்பட்டு வடக்கே சீனம் கடந்து மங்கோலிய தேசம் வரை பயணம் செய்துவிட்டுப் பல்வேறு அனுபவங்களுடன் திபெத்துக்குத் திரும்பி

வருவதற்குள் ஏராளமான மாணவர்கள் அங்கே பயின்று வெளியேறியிருந்தார்கள். பலர் ஞானமடைந்தும் இருந்தார்கள்.

குரு ரின்பொச்சேவுக்கு முதுமை கூடியிருந்தது. ஆனாலும் உற்சாகம் குறையாதவராக இருந்தார். ஊர் திரும்பிய லிங்பாவை அன்புடன் வரவேற்று, ‘என்ன பார்த்தாய்?’ என்று கேட்டார்.

உடனே தான் எடுத்து வந்திருந்த பெரிய மூட்டையை லிங்பா அவிழ்த்துக் கொட்டினார். ஆயிரக் கணக்கான சுவடிகள். சென்ற வழியெங்கும் கண்ட காட்சிகள், பார்த்த மனிதர்கள், நடந்த சம்பவங்கள் எதையும் விடாமல் அவர் எழுதி வைத்திருந்தார்.

‘எதற்கு இதெல்லாம்?’ என்றார் ரின்பொச்சே.

‘மறக்காமல் இருப்பதற்கு குருவே.’

‘சரி, இந்தப் பயணத்தில் நீ என்ன கற்றாய்?’

‘நடந்தால் உடல் வலு கூடும் என்று கற்றேன்.’

‘நல்லது. குளிக்கப் போகும்போது குளத்து நீரில் உன் தோற்றத்தைப் பார்.’

‘ஏன் குருவே?’

‘சுமந்தால் கூன் போடும் என்றும் கற்பாய்’ என்றார் குரு ரின்பொச்சே.

# 18. கனி

நல்ல ஜென், நாசகார ஜென் எதனைப் படித்தாலும், ஜென் குருமார்கள் பத்துப் பதினைந்து நூற்றாண்டுகளுக்கு முன்னரே காலாவதியாகிவிட்டதாக ஒரு தோற்ற மயக்கம் உண்டாகும். உண்மை என்னவென்றால், அது தோற்ற மயக்கம் மட்டுமே. புராதனமான மதுப் போத்தல்களுக்கு மதிப்புக் கூடுவது போல, தொன்ம நெடி அதிகமிருந்தால் ஜென் கதைகளுக்கு நம்பகத்தன்மை கூடும் என்று எவனோ இடைச்சங்கக் காலத்தில் கிளப்பி விட்டிருக்கிறான். நம்பாதீர்கள்.

இந்தக் கதை நமது காலத்துக்கு மிகவும் நெருக்கமான இருபதாம் நூற்றாண்டின் முதல் பத்தாண்டுகளில் நடந்ததுதான். இந்தக் கதையின் நாயகரான ஜென் குரு கிடானோ கெம்போ, அதற்கு முந்தைய நூற்றாண்டின் கடைசி நாற்பது ஆண்டுகளுக்கு முன்பு பிறந்தவர்.

கிடானோ கெம்போ, ஜென் குரு ஆவதற்கு முன்பு பல காலம் ஜென் மாணவராக இருந்தார். அதற்கும் முன்னால் சாதா மாணவராக உள்ளூர் பள்ளிக்கூடத்துக்குப் போய்க்கொண்டிருந்தார். அப்போது அவருக்கு நண்பராகக் கிடைத்தவர், கிஸ்ஸானி காகுவா.

கிஸ்ஸானி காகுவா யப்பானிய திண்ணைப் பள்ளியில் படித்து, மேற்படிப்புக்கெல்லாம் செல்லாமல் ஒரு பட்டறையில் வேலைக்குச் சென்றார். பிறகு திருமணம் செய்துகொண்டு இரண்டு முறை தந்தை ஆனார். ஒரு வீடு கட்டி, அதைத் தனது மனைவியின் பெயரில் எழுதி வைத்தார். ஓய்வுக் காலத்தில் பேரப் பிள்ளைகளுடன் விளையாடினார்.

மறுபுறம், ஜென் குருவாகியிருந்த கிடானோ கெம்போ கண்டபடி ஞானத்தேடலில் ஈடுபட்டு மேலுக்கும் உள்ளுக்கும் பெரும்பாலும் வலிகளையே பரிசாகத் தந்தார். வேளைக்குச் சாப்பிடுவது கிடையாது. ஒழுங்காகத் தூங்குவது கிடையாது. தன்னைப் பராமரித்துக்கொள்வது கிடையாது. சொத்து சுகம் என்று ஏதுமில்லை. திருமணம் பிள்ளை குட்டி வகையறாக்களும் கிடையாது. சொந்தமாக ஒரு மடாலயம் கட்டிக்கொண்டு சீடர்களோடு வசிக்கும் கொடுப்பினையும் அவருக்கு இல்லை.

தோத்சுகவா கிராமத்தில் இருந்த சிறிய புத்தர் கோயிலின் வெளித் திண்ணையில்தான் வகுப்பெடுப்பார். வகுப்பு முடிந்து மாணவர்கள் கிளம்பிச் சென்றபின், அதே திண்ணையில் படுத்துத் தூங்குவார். நடுவில் பசி எடுத்து, விழிப்பு வந்துவிடும். அப்போது என்ன நேரம், மக்கள் விழித்திருப்பார்களா என்றெல்லாம் யோசிக்காமல் பிட்சை கேட்டுச் செல்வார். பெரும்பாலும் யார் வீட்டுக் கதவும் திறக்காது. எனவே பட்டினியுடன் வந்து படுத்து, நட்சத்திரங்களை எண்ணிக்கொண்டிருப்பார்.

இவ்வாறாகக் காலம் கடந்துகொண்டிருந்தபோது, கிடானோ கெம்போ தனது சீரிளம் வயதுத் தோழர் கிஸ்ஸானி காகுவாவை ஒருநாள் பிட்சைக்குச் சென்றபோது சந்தித்தார். இரு தரப்பு நலம் விசாரிப்புகளுக்குப் பிறகு, கிஸ்ஸானி காகுவா, தனது மகன் வீட்டுக்கு வந்திருப்பதாகவும், அவன் வழிப் பேத்திக்குத் திருமணம் நிச்சயிக்கப்பட்டிருப்பதாகவும் சொன்னார்.

பசியில் வாடும் தன் தோழரைக் காணச் சகியாமல் வீட்டுக்குள்ளே அழைத்துச் சென்று விருந்துபசாரங்கள் செய்தார். ஒரு புகழ்பெற்ற ஜென் குரு தனது மாமனாரின் இளம் வயது நண்பராக இருந்திருக்கிறார் என்பதறிந்த அம்மாமனாரின் மருமகள், கிடானோ கெம்போவை விழுந்து விழுந்து கவனித்தாள்.

தனது வாழ்நாளில் அவ்வளவு ருசியான உணவுப் பதார்த்தங்களை கிடானோ கெம்போ சாப்பிட்டதே இல்லை என்பது அவர் சாப்பிட்ட லட்சணத்திலிருந்தே புரிந்தது.

உண்டு முடித்து, ஊர்க்கதைகள் பேசிவிட்டு, இருவரும் ஒருவரையொருவர் கட்டியணைத்து வாழ்த்துச் சொன்னபின்பு கிடானோ கெம்போ புறப்படுவதாகச் சொன்னார்.

வாசலுக்கு வந்து வழியனுப்பும் முன்னர் கிஸ்ஸானி காகுவா கேட்டார்,

‘எனதருமை நண்பனே, தேடி வருவோருக்கெல்லாம் ஞானத்தை அள்ளித் தரும் நீ, எனக்கொரு கனியைக் கிள்ளிப் போட்டுவிட்டுப் போகக் கூடாதா?’

கிடானோ கெம்போ நெடுநேரம் அமைதியாக எதையோ யோசித்தபடி நின்றார். பிறகு சொன்னார்,

‘வேண்டாம். நீ ஏற்கெனவே சர்க்கரை மாத்திரை எடுத்துக்கொள்கிறாய்.’

# 19. கொல்

பதினேழாம் நூற்றாண்டின் தொடக்க காலத்தில் ஜப்பான் மிகக் கொடூரமான மதக் கொந்தளிப்புகளுக்கு உட்பட்டிருந்தது. இதற்குக் காரணம், அங்கே நிகழத் தொடங்கியிருந்த கிறித்தவ மதப் பரவல்.

*1549* ஆம் ஆண்டு கிறித்தவம் கப்பலேறி ஜப்பானுக்கு வந்திறங்கியது. மிஷனரிகள் தமது வழக்கப்படி முதலில் கடலோரப் பிராந்தியங்களில் தேவாலயங்களைக் கட்டினார்கள். மீனவப் பிள்ளைகளுக்கு பைபிள் கற்றுத் தந்தார்கள். சாப்பிடுவதற்கு யப்பானிய அப்பம் சுட்டுக் கொடுத்தார்கள். தீவெங்கும் மெல்ல மெல்ல அவர்கள் பரவத் தொடங்கியபோது, பாரம்பரிய ஜப்பானியர்கள் கிளர்ச்சியில் ஈடுபட ஆரம்பித்தார்கள்.

இதன் தொடர்ச்சியாக *1614* ஆம் ஆண்டு ஜப்பானில் கிறித்தவம் ஒரு தடை செய்யப்பட்ட மதமாக அறிவிக்கப்பட்டது. மிஷனரி சிப்பந்திகள் உடனடியாக

ஊரைவிட்டுக் கிளம்ப உத்தரவிடப்பட்டது. தேவாலயங்கள் இழுத்து மூடப்பட்டன. கிறித்தவர் என்று சொல்லிக்கொண்டு யாரும் நடமாட முடியாத அளவுக்கு வன்முறை வெடித்துப் பரவியிருந்தது.

இதனால் சிலுவையைச் சட்டைக்கு மேலும் இயேசுநாதரை நெஞ்சத்தினுள்ளும் ஏந்திய யப்பானியக் கிறித்தவர்கள் செய்வதறியாமல் தவித்தார்கள். அவர்களில் பெரும்பாலானவர்கள் தலைமறைவு வாழ்க்கை வாழ வேண்டியதானது.

அந்தக் காலக்கட்டத்து ஜப்பானை ஆண்ட மன்னரின் பெயர் கொ-யோஸெய் (Go-Yōzei). அவரது ஆசியுடன்தான் மிஷனரி ஒழிப்பு அங்கே நடைமுறைப்படுத்தப்பட்டிருந்தது.

அது அப்படியிருக்க, பாரம்பரிய பவுத்தக் குடும்பமொன்றில் பிறந்து, சொந்த விருப்பத்தின்பேரில் கிறித்தவத்துக்கு மாறிய குகுபா யூட்டோ என்ற இளைஞன் மேற்படி கலவர காலத்தில் மனச்சிதைவுற்றுப் பெரும் கொலைகாரனாக உருமாறியிருந்தான். யப்பானியக் கிறித்தவர்களுக்குக் கெட்ட காலம் வந்ததற்கு பவுத்த குருமார்கள்தாம் காரணம் என்ற முடிவுடன் ஒவ்வொரு மடாலயமாகக் குறி வைத்து அங்கிருந்த குருமார்களைக் கொல்ல ஆரம்பித்தான். ஒன்று, பத்து, பதினைந்து, பதினெட்டு என்று கொலைகளின் எண்ணிக்கை வாரம் கொஞ்சமாக அதிகரித்துக்கொண்டே செல்லவும், பவுத்த குருவினர் குழாம் கவலை கொண்டது. நாடெங்கும் ஊர்க்காவல் படைப்பிரிவினரிடம் புகார்கள் வந்து குவிய ஆரம்பித்தன.

கொலை செய்பவன் யாரென்று தெரியாது. அது ஒரு நபரா, பலபேர் கொண்ட குழுவா என்றும் தெரியாது. ஆனால் கொல்லப்படுவோர் அத்தனை பேரும் பவுத்த குருமார்கள். அதில் ஐயமில்லை.

இக்காலக்கட்டத்தில், சீனத்தின் பிரபல ஜென் குருவாக விளங்கிய ஹான்ஷான் தெகிங் (Hanshan Deqing) என்கிற ஞானியைத் தேடிச் சென்று சீடராகிப் படித்துவிட்டு ஜப்பான் திரும்பியிருந்த ஃபுகுதா எமிகோ என்ற புதிய ஜென் குரு ஒருவரைக் கொலைகாரன் ஒருநாள் குறி வைத்தான். அவர் தங்கியிருந்த மடாலயத்தின் உள்ளே புகுந்தான்.

அது நள்ளிரவு நேரம் என்பதால் மடாலயத்தில் அனைவரும் உறங்கிக்கொண்டிருந்தனர். வந்தவன், மடாலயத்தில் உள்ளவர்களுள் யார் குரு என்று தெரியாமல் சிறிது குழப்பமானான். உறங்கிக்கொண்டிருந்த ஃபுகுதா எமிகோவை எழுப்பி, 'நான் இந்த மடாலயத்தின் தலைமை குருவைக் கொலை செய்ய வந்திருக்கிறேன், அவர் எங்கே இருக்கிறார்?' என்று கேட்டான்.

'அப்பனே, இங்கே சத்தம் போட்டால் சீடர்கள் எழுந்துவிடுவார்கள். நீ அந்தப் பக்கம் அடுக்களைக்கு வா' என்று அழைத்துச் சென்று, இப்போது சொல் என்றார்.

'நான் கொலை செய்ய வந்திருக்கிறேன். உங்கள் குரு எங்கே?'

'நான்தானப்பா ஃபுகுதா எமிகோ. கொன்றுகொள்.'

கொலைகாரன் இடுப்பில் சொருகி வைத்திருந்த கத்தியை எடுத்தான்.

'இரு. நீ மிகவும் களைப்பாக இருக்கிறாய். முதலில் இந்த சூப்பைக் குடி. அப்போதுதான் தெம்பாகக் குத்த முடியும்' என்று சொல்லிவிட்டு, இரவு மீதமாகியிருந்த சூப்பைச் சுடவைத்து, ஒரு கிண்ணத்தில் ஊற்றிக் கொடுத்தார்.

கொலைகாரன் சூப்பை அருந்தினான்.

'பசி போய்விட்டதல்லவா? இப்போது கொன்றுகொள்' என்று சொல்லிவிட்டு அமர்ந்தார்.

கொலைகாரனுக்கு இது புதிய அனுபவமாக இருந்தது. ‘உங்களுக்கு அச்சமாக இல்லையா?’ என்று கேட்டான்.

‘அச்சத்தில் இறந்துவிட்டால், நீ ஏமாற்றமடைந்து விடுவாயே. சீக்கிரம் கொல்.’

அவனுக்கு திடீரென ஒரு சந்தேகம் எழுந்தது. ஒருவேளை தன் வரவை முன்கூட்டியே எதிர்பார்த்து, ஊர்க்காவல் படையினரை மடாலயத்துக்குள் பதுங்கியிருக்கச் செய்திருப்பாரோ என்று நினைத்தான். சுற்றுமுற்றும் நோட்டமிட்டான்.

புரிந்து கொண்ட ஃபுகுதா எமிகோ, ‘யாருமில்லையப்பா. வந்த வேலையைச் சீக்கிரம் முடித்துக்கொண்டு கிளம்பு’ என்று அவசரப்படுத்தினார்.

ஆச்சரியம் தாங்காத கொலைகாரன், ‘நான் ஒரு கொலைகாரன் ஐயா! என்னிடம் எப்படி இப்படி நடந்துகொள்ள முடிகிறது?’ என்றான்.

‘ஒன்று அறிவை மறைத்தது. இன்னொன்று ஆயுதம் அளித்தது. சீக்கிரம் குத்து. நாம் இரண்டையும் கொல்வோம்’ என்றார் ஃபுகுதா எமிகோ.

அக்கணம் அவன் விழிப்புணர்வடைந்து, ஃபுகுதா எமிகோவின் தாள் பணிந்தான். தானே சென்று ஊர்க்காவல் படையினரிடம் சரணடைந்தான்.

# 20. மருந்து

சீனத்தை டாங் வம்சத்து மாட்சிமை பொருந்திய மன்னர்கள் ஆண்டு முடிக்கவிருந்த கிபி ஒன்பதாம் நூற்றாண்டின் தொடக்க ஆண்டுகள் ஒன்றில் ஷஃபங் இட்ஸூன் (Xuefeng Yicun - 822-908) என்ற ஜென் குரு, ஃபுஜியானில் தோன்றினார். தோன்றும்போது அவர் ஜென் குரு இல்லை என்றாலும் பின்னாளில் ஜென் குரு.

ஷஃபங் இட்ஸுன், அந்நாளின் அதி உயர் புகழ்தாரியான குரு டோங்ஷான் லியாங்ஜியின் சீடர். சீக்கிரமே ஞானமடைந்து தனி மடம் கண்டவர். என்ன பிரச்னை என்றால், அவர் சீக்கிரத்தில் ஞானமடைந்தாரே தவிர அவரிடம் பயின்ற மாணவர்களுக்கு அது அத்தனை சீக்கிரத்தில் வருவேனா என்றது.

ஷஃபங் இட்ஸுனுக்கு இதில் சிறிது வருத்தம் இருந்தது. புழு பூச்சிகள் தொடங்கி மனிதன் வரை அனைத்து உயிரினங்களுக்கு உள்ளேயும் புத்தர் இருக்கிறார் என்று

தீவிரமாக நம்பியவர் அவர். உள்ளத்தின் ஏதோ ஓரத்தில் ஒளிந்து அமர்ந்திருக்கும் அவரைப் பிடித்து இழுத்து வெளியே கொண்டு வருவதுதான் ஞான வாசல் திறப்பு.

தனது சீடர்களுக்கு இதனைச் சாத்தியப்படுத்த என்னென்னவோ வழிமுறைகளை அவர் கையாண்டு பார்த்தார். தியானத்தில் பல நூதனங்களைப் புகுத்தினார். அன்றாட வாழ்வில் கிடைக்கும் ஒவ்வொரு சிறிய-பெரிய அனுபவத்திலிருந்தும் எதையாவது பீறாய்ந்து எடுக்க முடியுமா என்று பார்க்கச் சொன்னார். காடு, மலை, கடல், பாலைப் பிராந்தியங்களுக்கெல்லாம் அழைத்துச் சென்று பயிற்சி முகாம் நடத்தினார்.

என்ன செய்து என்ன? சீடர்களுக்கு ஞானம் வருவேனா என்றது. குறிப்பாக, அவரைக் காட்டிலும் வயது கூடிய சீடர்கள் இரண்டு பேர் அவரிடம் படித்துக்கொண்டிருந்தார்கள். ஒருவர், ரங்யூ நிம்பச்சி. இன்னொருவர், நித்தே செங்யாங்.

மேற்கண்ட இரண்டு சீடர்களும் ஷஃபங் இட்ஸுனுக்கு முப்பத்திரண்டு வயதாக இருந்தபோது அவரிடம் வந்து சேர்ந்தவர்கள். சேரும்போதே அவர்களுக்குத் தலா ஐம்பது வயது. சுமார் இருபத்திரண்டு வருட காலம் அவர்களும் படாத பாடு பட்டு ஞானம் பெற முயற்சி செய்து பார்த்தார்கள். ஒன்றும் நடக்கவில்லை.

மடாலயத்தில் சேரும் புதிய மாணவர்களுக்குச் சமைத்துப் போடுவது, துணிகளைத் துவைத்துக் காயப்போடுவது, குப்பைகளைப் பெருக்கிக் கொட்டுவது, ஒட்டடை அடிப்பது, ஷஃபங் இட்ஸுன் எங்காவது சுற்றுப் பயணம் கிளம்பினால் அதற்கு ஏற்பாடுகள் செய்து வைப்பது, கணக்கு வழக்குகளைப் பார்த்துக்கொள்வது என்று சிறந்த குமாஸ்தாக்களாகியிருந்தார்கள்.

இளம் சீடர்களுள் சிலர் வந்த வேகத்தில் ஞானமடைந்து வெளியே போய்விடும்போது இரண்டு பேரும் அழுவார்கள். ஷஃபங் இட்ஸுனிடம் சென்று

தங்களுக்கு மட்டும் ஏன் புத்தபிரானின் அருட்பார்வை கிடைக்கவில்லை என்று கேட்பார்கள். அவரும் தன்னால் முடிந்த விதங்களில் ஆறுதல் அளித்து, 'இன்னும் தீவிரமாக தியானம் செய்யுங்கள். இன்னும் விழிப்புணர்வுடன் வாழுங்கள்' என்று சொல்லி வைப்பார்.

ஒரு நாள் இருவரில் ஒருவரான நித்தே செங்யாங் பணிக் காலத்துக்கேற்ற பதவி உயர்வு அடிப்படையில், இயற்கையான முறையில் காலமாகிச் சென்றார். மடாலய மாணவர்கள் நல்ல விதமாக அவரை வழியனுப்பி வைத்துவிட்டு வேலையைப் பார்க்கப் போனார்கள். ரங்யூ நிம்பச்சிதான் மிகுந்த அதிர்ச்சியடைந்திருந்தார்.

தன் வயதேயான நண்பரின் மரணம் அவரை நிலைகுலையச் செய்துவிட்டது. தனக்கும் அப்படியொரு நாள் விரைவில் வந்துவிடத்தான் போகிறது என்கிற உண்மையை ஒரு தியானப் பொருளாக்கி, யோசித்துப் பார்த்தார்.

நித்தே செய்யாங், நோய் என்று ஒருநாளும் படுத்ததில்லை. தன்னைப் போல மூட்டு வலி, முதுகு வலி என்று முனகியதில்லை. தள்ளாத வயதிலும் பல காத தூரம் நடந்து சென்று மடாலயத்துக்குத் தேவையான மளிகை சாமான்களையெல்லாம் வாங்கி வருவார். கட்டிய காலத்துக்குப் பிறகு வேறெந்தப் பெரிய அளவு மராமத்துப் பணிகளும் நடந்திராத மடாலயத்தின் ஓட்டை ஒழுகல்களையெல்லாம் அவர்தான் பார்த்துப் பார்த்துச் சரி செய்வார்.

இவரும் இறக்கக்கூடியவரே என்று தெரியாமல் இல்லை. ஆனாலும் மரணம், கதவைத் தட்டாமல் வந்துவிட்டது.

அறிவிப்பின்றி வரும் மரணம். சாதாரண மரணம். விபத்து மரணம். நோய் மரணம். எப்படியானாலும் மரணம்.

அவர் மரணத்தைக் குறித்துத் தீவிரமாக தியானம் செய்துகொண்டிருப்பதை குரு ஷ்ஃபங் இட்ஸுன்

உணர்ந்தார். அவருக்கு மிகவும் மகிழ்ச்சியாக இருந்தது. நித்தே செய்யாங், கடும் முயற்சிகளுக்குப் பிறகும் ஞானமடையாமல் இறந்துவிட்டது போல ரங்யூ நிம்பச்சிக்கு நேராது. இம்முறை நிச்சயமாக அவருக்கு ஞானம் பிறந்துவிடும் என்று காத்திருந்தார்.

சுமார் ஒன்றரை மாத காலம் மடாலய வளாகத்தின் பின்புறம் இருந்த வூடாங் மரத்தடியில் அமர்ந்து தியானத்தில் இருந்த ரங்யூ நிம்பச்சி, திடீரென்று ஒருநாள் கண் திறந்தார். வேகமாக குருவை நோக்கி ஓடி வந்தார்.

இளம் மாணவர்களுக்குப் பாடம் சொல்லிக்கொடுத்துக் கொண்டிருந்த ஷஃபங் இட்ஸுன், ஆர்வம் பொங்க எழுந்து நின்று,

'சொல்லுங்கள் ரங்யூ! உங்கள் தவம் முடிவடைந்ததா?' என்று கேட்டார்.

'இல்லை குருவே. ஒரு சிறிய சந்தேகம். நோயில் படுத்து, வலிகளுடன் வாழ்ந்து இறந்தால், அந்த வேதனை உடலோடு போகுமா? ஆன்மாவோடு போகுமா?'

குரு ஷஃபங் இட்ஸுன் அதிர்ச்சியடைந்து, எதுவும் பேசாமல் எழுந்து சென்றுவிட்டார். சில ஆண்டுகளுக்குப் பிறகு ரங்யூ நிம்பச்சி காலமானபோது, 'அவரது மருந்து புட்டிகளைச் சேர்த்துப் புதையுங்கள்' என்று சொன்னார்.

## 21. உறங்காதவள்

தத்துவங்கள் மனிதர்களைக் காட்டிலும் பழமையானவை. மனிதர்கள் பிறப்பதற்கு முன்னால், அவை கர்ப்பத்தில் இருக்கும் ரேகை படாத சிசுக்களைப் போலப் பரிசுத்தமாக இருந்துவந்தன. உதாரணத்துக்கு, புத்தர் பிறப்பதற்கு ஒன்றரை நூற்றாண்டுகளுக்கு முன்பு ஜென் இருந்ததை நினைவுகூரலாம்.

எப்படி அக்காலப் பாடலிபுத்திரம் புத்தரை அறியாதோ, அப்படியேதான் சீனமும் அவரை அறியாது. சீனத்துக்கே தெரியாதபோது யப்பானியத்துக்கு எப்படித் தெரிந்திருக்கும்?

எனவே யாருக்கும் புத்தர் தெரியாத காலத்தில் நடந்த கதை இது. ஆனால் ஜென் கதைதான். அதில் சந்தேகமில்லை.

பு.மு. **150**க்கு ஒரு சில ஆண்டுகள் முன்போ பின்போ சீனத்தின் வடகோடி கிராமங்களுள் ஒன்றான ஷாஹியில்

பவ்சாய் தாட்சு (Baozhai Ndaksu) என்றொரு பெண்மணி வாழ்ந்து வந்தார். அன்றைய அனைத்து வடகோடி சீனத்து கிராமத்தார்களைப் போலவே அவரும் எழுதப் படிக்கத் தெரியாதவர். அவரது குடும்பம், பெற்றோர், புருஷன், பிள்ளைகள் பற்றிய சரித்திரக் குறிப்புகள் ஏதும் இன்றுவரை கண்டறியப்படாத நிலையில் அவர் பன்னிரண்டு வீடுகளில் பத்துப் பாத்திரம் தேய்ப்பது, துணி துவைப்பது, கூட்டிப் பெருக்குவது போன்ற பணிகள் செய்து பிழைத்து வந்தது குறித்து மட்டும் ஒரு கல்வெட்டு கண்டெடுக்கப்பட்டுள்ளது.

சாதாரணமாக ஒரு பெண் அல்லது ஆணுக்கு அவரவர் வீட்டு வேலைகளையே அன்றன்றைக்கு ஒழுங்காகச் செய்து முடிப்பது பெரும்பாடாக இருப்பது இன்று முளைத்த நாகரிகமல்ல. என்றென்றும் அது அப்படித்தான். ஆனால் பிழைப்பின் நிமித்தம் இரண்டு மூன்று வீடுகளில் அரைகுறை வேலை பார்ப்போர் உலகெங்கும் உண்டு. இதுவும் தொன்று தொட்டு உள்ள வழக்கமே.

பவ்சாய் தாட்சு இந்த இரு தரப்பினரையும் வெட்கித் தலைகுனியச் செய்யும்படியாக இருந்தார். தினமும் காலை ஆறு மணிக்கு அவர் ஒப்பந்தமாகியிருக்கும் முதல் வீட்டுக்குள் நுழைவார். சரியாக ஐம்பத்தைந்து நிமிடங்களில் வேலையை முடித்துக்கொண்டு வெளியே வந்து அடுத்த வீட்டுக்குச் செல்வார். அங்கே ஐம்பது நிமிடங்கள். மூன்றாம் வீட்டில் நாற்பத்தைந்து நிமிடங்கள். நான்காவதில் நாற்பது.

அடுத்தடுத்த வீடுகளுக்குச் செல்லும்போது அவசர அடி அடித்துவிடுவார் என்றே சொல்ல முடியாது. நேரம் ஏற ஏற அவரது வேகம்தான் கூடுமே தவிர, செயல்திறனும் நேர்த்தியும் குறையவே குறையாது.

பொதுவாக வீட்டு வேலைக்குச் செல்லும் பெண்கள் அக்கம்பக்கத்து வீட்டுக் கதைகளைப் பேசித் தம் பணிச் சுமையை மறக்க முயற்சி செய்வார்கள். பவ்சாய்

தாட்சு அவ்வகையிலும் வேறு மாதிரியானவராக இருந்தார். வேலை நேரத்தில் ஒரு வார்த்தைகூட அவரிடமிருந்து வராது. காலத்தைப் போன்றதொரு தாளகதியில் பணியாற்றிக்கொண்டே இருப்பது அவரது வழக்கம். பெரிதாகக் குற்றம் குறை சொல்ல முடியாத வேலையாகவே இருந்துவிடுவதால், அவரது எஜமான எஜமானியருக்கு அவர்மீது எவ்வித விமரிசனமும் இருந்ததில்லை.

தனது பன்னிரண்டு அல்லது பதிநான்காவது வயதில் வேலைக்குச் செல்லத் தொடங்கிய பவ்சாய் தாட்சு, ஓய்வு-உறக்கம் என்றால் என்னவென்றே அறியாதிருந்தார். முதல் முதலாகத் தமது எண்பத்தேழாவது வயதில் ஓய்வெடுக்கலாம் என்று அவருக்குத் தோன்றியது. தமது எஜமானியம்மாக்களிடம் விவரம் தெரிவித்துவிட்டு, வேலைக்கு வேறு ஆள் பார்த்துக்கொள்ளச் சொல்லிவிட்டு வீட்டுக்குச் சென்றார்.

பவ்சாய் தாட்சு இல்லாத நாள்கள் எப்படி நகரப் போகின்றனவோ என்று கவலையுற்ற எஜமானியம்மாக்கள் ஒன்றுகூடி வருத்தப்பட்டார்கள்.

‘அவர் நமக்கு நிறைய செய்திருக்கிறார். அவருக்கு நாம் ஏதாவது செய்ய வேண்டும்’ என்று முடிவு செய்தார்கள்.

வயதான காலத்தில் பவ்சாய் தாட்சு நிம்மதியாகப் படுத்துத் தூங்க வசதியாக ஒரு கயிற்றுக் கட்டில் வாங்கிச் சென்று அவரது குடிசையின் வாசலில் போட்டார்கள்.

‘பவ்சாய் தாட்சு! உங்கள் சேவைக்கு எங்கள் எளிய பரிசு’ என்று சொன்னார்கள்.

அவர்கள், பவ்சாய் தாட்சு படுத்துத் தூங்கியே பார்த்ததில்லை. எனவே முதல் நாள் ஒரு சொகுசுக் கட்டிலில் படுத்துறங்கிய அனுபவத்தை மறுநாள் அவரே வந்து சொல்வார் என்று எதிர்பார்த்திருந்தார்கள். ஆனால் பவ்சாய் தாட்சு வரவில்லை. அடுத்தடுத்த நாள்களிலும்

அவர் வராததால், முன்னாள் எஜமானியம்மாக்கள் பவ்சாய் தாட்சுவின் குடிசைக்கு மீண்டும் சென்றார்கள்.

போட்டுவிட்டுப் போன இடத்தில் கட்டில் பத்திரமாக இருந்தது. பவ்சாய் தாட்சு அதனருகே தரையில் அமர்ந்து எங்கோ பராக்குப் பார்த்துக்கொண்டிருந்தார்.

'பவ்சாய் தாட்சு! ஆளையே காணோமே? கட்டிலில் படுத்து உறங்குவது நன்றாக இருக்கிறதா?' என்று ஒரு எஜமானியம்மாள் கேட்டார்.

'உஷ், சத்தம் போடாதீர்கள். அவள் எழுந்துவிடுவாள்!' என்றார் பவ்சாய் தாட்சு.

எஜமானியம்மாள்களுக்குப் புரியவில்லை. எதற்கும் இருக்கட்டும் என்று குடிசைக்குள் எட்டிப் பார்த்தார்கள். அங்கு யாருமில்லை. எனவே,

'யார் எழுந்துவிடுவாள்?' என்று கேட்டார்கள்.

'வேறு யார்? பவ்சாய் தாட்சுதான்!' என்றார் பவ்சாய் தாட்சு.

# 22. வித்தைக்காரர்

டாங் வம்சம் (Tang dynasty) சீனத்தை ஆண்டுகொண்டிருந்த எட்டாம் நூற்றாண்டில், பல புகழ்பெற்ற ஜென் குருமார்கள் அங்கே மக்களுக்கு வாழும் கலையைப் பயிற்றுவித்து வந்தார்கள். அவர்களுள் மம்லோ ஹக்குச்சோ (Mamloa Hakucho) என்பவர் ஒருவர்.

மம்லோ ஹக்குச்சோ, இதர ஜென் குருமார்களைப் போலப் புகழ் பெற்றவரோ, பிரபலமானவரோ, ஊருக்குப் பத்து சீடர்களைக் கொண்டவரோ அல்லர். சொல்லப் போனால் அவருக்கு சீடர்களே கிடையாது. அவரது மூதாதையர் விட்டுச் சென்ற ஒரு துண்டு நிலத்தில் விவசாயம் செய்வார். விளைவதை ஊராருக்குப் பகிர்ந்து கொடுப்பார். யாராவது ஏதாவது சாப்பிடக் கொடுத்தால் சாப்பிட்டுவிட்டு வேலையைப் பார்க்கப் போய்விடுவார்.

அவரிடம் ஒரு பழக்கம் இருந்தது. தினமும் காலை வயலுக்குச் செல்வதற்கு முன்னால் தன் வீட்டு வாசலில் ஒரு கரும்பலகையில் ஏதாவது ஒரு வரியை எழுதிவிட்டுப் போவார். பெரும்பாலும் அது யாருக்கும் புரியாது. சில சமயம் அபூர்வமாக யாராவது ஒருவருக்குப் புரிந்துவிடும். அக்கணமே அவர் ஞானம் பெற்று ஊருக்கு நல்லது செய்யத் தொடங்கிவிடுவார். ஆனால் இது அடிக்கடி நடப்பதல்ல. ஐந்து வருடங்களுக்கொரு முறை நடந்தாலே அதிகம்.

அப்படி கரும்பலகை வழியாக ஞானமடைந்தவர்கள் சொல்லிச் சொல்லித்தான் அந்த ஊர் மக்களுக்கு மம்லோ ஹக்குச்சோ ஒரு பெரிய ஞானி என்பதே தெரியும்.

அன்றைய சீனத்தில், நிச்சிரா பென்சுவான் (Nichirah Pen-ch'uan) என்ற இன்னொரு ஞானி இருந்தார். இவர் மம்லோவைப் போல அல்லாமல் நாடெங்கும் அறியப்பட்டவராக இருந்தார். மஞ்சூரியா பக்கம் வரும்போது மன்னரே அவரைச் சந்தித்து, வணங்கிவிட்டுப் போவார்.

நிச்சிரா சானுக்குப் பல வித்தைகளும் தெரிந்திருந்தன. ஒருமுறை மாமன்னர் முசாங் அவரை தரிசிக்க வந்தபோது, 'இருங்கள், மாடிக்குப் போய்விட்டு வருகிறேன்' என்று சொல்லிவிட்டு, அமர்ந்திருந்த இடத்தில் இருந்து அப்படியே ஒரு பல்லியைப் போலச் சுவர் மீது ஏறி மேலே சென்று மறைந்துவிட்டாராம்.

இது எப்படி சாத்தியம் என்று மன்னர் திகைத்துப் போய் அமர்ந்திருக்கையில், மீண்டும் பல்லி போலவே சுவர் வழியாக இறங்கி வந்து, ரத்தினக் கற்கள் பதித்த மாலையொன்றை மன்னருக்கு அன்பளிப்பாகத் தந்திருக்கிறார். நெகிழ்ந்து போன மன்னர் முசாங், 'நிச்சிரா சான்! உங்களைவிட ஆற்றல் மிக்க ஞானி ஒருவர் இத்தேசத்தில் இல்லவேயில்லை!' என்று சொல்லியிருக்கிறார்.

இந்தச் செய்தி சீனம் முழுதும் தீ வைத்தாற்போலப் பரவியது.

வயல் வெளியில் வேலை பார்த்துக்கொண்டிருந்த மம்லோ ஹக்குச்சோவுக்கும் இந்தத் தகவல் வந்தது.

'மம்லோ சான்! அவரால் ஒரு பூச்சியைப் போல சுவரின் மீதேறிச் செல்ல முடிகிறதாம். படிக்கட்டுகளே வேண்டாமாம்!' என்று கிராமத்து மக்கள் சொன்னார்கள்.

'ஓஹோ!' என்றார் மம்லோ ஹக்குச்சோ.

இன்னொரு சமயம், நிச்சிரா பென்சுவான் தனது ஆடைகளையெல்லாம் களைந்துவிட்டு, வெட்ட வெளியில் காற்றைப் பிடித்துக்கொண்டு இருபதடி மேலே ஏறி அந்தரத்தில் நடனமாடினார் என்ற செய்தி வந்தது.

'மம்லோ சான்! இதெல்லாம் மனிதர்களால் முடியவே முடியாத செயல். அவரிடம் பெரிய சக்தி ஏதோ இருக்கிறது!' என்றார்கள் கிராமத்து மக்கள். இதற்கும் அவர்,

'ஓஹோ!' என்று சொன்னார்.

வேறொரு நாள், நிச்சிரா பென்சுவான் கடலோரம் ஒதுங்கிய ஒரு பெரிய நீலத் திமிங்கிலத்தை அப்படியே எடுத்து விழுங்கிவிட்டு, 'ஒரு கோப்பை தேநீர் கொடுங்கள்' என்று கேட்டதாக ஒருவன் வந்து சொன்னான்.

'ஓஹோ!' என்றார் மம்லோ சான்.

நிச்சிரா பென்சுவானின் புகழ் திசையெட்டும் பரவி, எங்கெங்கிருந்தோ யார் யாரோ அவரைப் பார்க்க வந்துகொண்டே இருந்தார்கள். அவரும் சலிக்காமல், தண்ணீரின் மீது நடந்து காட்டினார். நெருப்பை எடுத்து விழுங்கிக் காட்டினார். குட்டிக்கரணம் அடித்துக்கொண்டே பைன் மரங்களின் மீது சரசரவென்று ஏறினார். ஒரு குண்டூசி முனையில் தனது இடது கால் கட்டை விரலை ஊன்றிக்கொண்டு நாளெல்லாம்

தரையில் கால் படாமலேயே நின்று தவம் செய்து காட்டினார். கற்பனையே செய்ய முடியாத பல வித்தைகளைத் தொடர்ந்து செய்துகொண்டே இருந்தார்.

ஒவ்வொரு வித்தை நிகழும்போதும் மம்லோவுக்கும் அந்தச் செய்தி வரும். அவரும் ஒவ்வொரு முறையும் 'ஓஹோ!' என்பார். இதில் சலிப்புற்ற அவரது கிராமத்து மக்கள்,

'போங்கள் மம்லோ சான்! நீங்களும்தான் ஞானி என்று இங்கே சிலர் சொல்கிறார்கள். ஆனால் உங்களிடம் எந்த சக்தியுமே இல்லையே!' என்று வருந்தினார்கள். மம்லோ சான் புன்னகையுடன் நகர்ந்து சென்று வேலை பார்க்க ஆரம்பித்துவிட்டார்.

சில காலத்துக்குப் பிறகு ஒருநாள் ஊர் மக்கள் அத்தனை பேரும் அடித்துப் பிடித்துக்கொண்டு எங்கோ ஓடுவதை மம்லோ சான் பார்த்தார்.

'என்ன ஆயிற்று?' என்று ஒருவனை நிறுத்தி விசாரித்தார்.

'உங்களுக்கு விஷயமே தெரியாதா? நிச்சிரா பென்சுவான், குளியலறையில் வழுக்கி விழுந்து இறந்துவிட்டார்!'

வழக்கம் போல 'ஓஹோ' என்று சொல்லிவிட்டுப் போனார்.

மறுநாள் அவரது கரும்பலகையில்,

'பாசி அகற்றும் வித்தை படி' என்றிருந்தது.

# 23. ஆதிசான்

வடை ஒன்றை அப்பமாகப் பொருள் மாறாட்டம் செய்த ஜென் குரு சுமார்சானை நீங்கள் அறிவீர்கள். இந்தக் கதையும் அவர் சம்பந்தப்பட்டதுதான். ஆனால் இம்முறை அவரது சீடர்களின்மீது பழி போட வழியேயில்லை. இது முழுக்க முழுக்க சுமார்சானின் சொந்தப் பிரச்னை.

சுமார்சான் முன்னொரு காலத்தில் ஆதி மனிதன் எப்படியெல்லாம் வாழ்ந்திருப்பான் என்ற வினாவை தியானப் பொருளாக்கி, சாதா தேடல், கூகுள் தேடல், பிடிஎஃப் தேடல் போன்றவற்றில் ஈடுபட்டிருந்தார். அம்முயற்சிக் காலத்தில், தற்செயலாக அவருக்கு வட அமெரிக்கக் கண்டத்தின் வட மேற்கு மூலையில் யாருமறியாத ஒரு ரகசியக் குகையில் வசித்துக்கொண்டிருந்த பண்டைய நியாண்டர்தால் மனிதர் ஒருவரின் தொடர்பு கிடைத்தது. அவர் மூலமாக ஆதி மனிதனின் உணவுப் பழக்க வழக்கங்களைக்

கேட்டறிந்தவர், அதனால் கவரப்பட்டுத் தாமும் அப்படியே உண்ண ஆரம்பித்தார்.

அரிசி, கோதுமை, பருப்பு வகைகள் உள்ளிட்ட தானியங்கள் எதுவுமில்லாமல், மண்ணுக்கடியில் விளைந்த கிழங்கு வகைகள் இல்லாமல், எண்ணெய் சேர்க்காமல், இனிப்பு சேர்க்காமல் அது என்ன வகை உணவு என்றே யாருக்கும் புரியவில்லை. மக்கள் சுமார்சானைக் கிண்டல் செய்யத் தொடங்கினார்கள்.

பொருட்படுத்தாமல், ஓராண்டு காலத்துக்கும் மேலாக சுமார்சான் ஆதிமனிதனின் உணவு முறையைத் தீவிரமாகப் பின்பற்றிய பின்பு அவரது தூல சரீரம் கணிசமாக எடை இழந்து, வலு ஏறியது. மேனி புதுப் பொலிவு கண்டது. நீரிழிவு, உயர் ரத்த அழுத்தம் போன்ற நாள்பட்ட வியாதிகள் குணமாயின. பசி என்கிற ஆதார உணர்வே மரத்துப்போய், நாள்கணக்கில் அவரால் தியானத்தில் மூழ்க முடிந்தது.

இவ்வளவையும் கண்டபின், முன்னர் இழித்துப் பேசிய மக்கள் சிறிது சிந்திக்கத் தொடங்கினார்கள். இந்த உணவு முறையில் ஏதோ உள்ளது போலிருக்கிறதே என்ற ஆர்வத்தில் இங்குமங்கும் பல சிலர் அதே போன்ற உணவுப் பயிற்சியில் ஈடுபட ஆரம்பித்தார்கள். இது மிக வேகமாக நாடெங்கும் பரவி, சுமார்சான் ஒரு ஞானமடைந்த ஆசாமி என்பதை முற்றிலும் மறந்து, அவரை ஓர் ஆதி மனிதனாக மட்டுமே காணத் தொடங்கினார்கள்.

யார் இகழ்ந்தாலும் புகழ்ந்தாலும் தனக்கு அதனோடு தொடர்பில்லை என்றவிதமாக சுமார்சான் ஐந்தாண்டு காலம் அந்த உணவு முறையை நேர்த்தியாகப் பயிற்சி செய்து வந்தார். பிறகொரு நாள் அதை நிறுத்திவிட்டு, முந்தைய சாதாரண உணவு முறைக்குத் திரும்பச் சென்றார்.

அதிர்ச்சியடைந்த மக்கள், 'ஓ ஆதிமனிதரே! நீங்கள் தானிய உணவு உண்ணலாமா? அது உங்கள் இயல்புக்குத் தகாது' என்று சொன்னார்கள்.

சுமார்சான் பதிலளிக்கவில்லை. தன் பண்டைய வழக்கப்படி மூன்று வேளையும் சாம்பார், ரசம், அப்பளம், வடை, பொங்கல், பூரி என்று முழுக் கட்டு கட்டத் தொடங்கினார். சுமார்சானுக்கு என்னவோ ஆகிவிட்டது, அநேகமாகப் பைத்தியம் பிடித்துவிட்டது என்று மக்கள் நினைத்தார்கள்.

அவர்கள் அப்படி நினைத்துக்கொண்டிருந்த காலத்திலேயே சுமார்சான் சாம்பார், ரச உணவையும் அடியோடு நிறுத்திவிட்டு, இனிப்புகளை மட்டும் உண்ணத் தொடங்கினார்.

இதைக் கண்ட மக்கள் மேலும் அதிர்ச்சியடைந்தார்கள். இனிப்பையே ஏறெடுத்துப் பாராதிருந்த சுமார்சான், வேளைக்கு முக்குருணி இனிப்பு உண்பதை அவர்களால் ஏற்கவே முடியவில்லை.

'சுமார்சான்! நீங்கள் என்ன செய்துகொண்டிருக்கிறீர்கள்? நீங்கள் ஆதி மனிதனாகிவிட்டவர் அல்லவா?' என்று ஒவ்வொருவரும் கேட்டார்கள்.

ஒவ்வொருவரும் தலா ஒருமுறை கேட்டால் பரவாயில்லை. சுமார்சான் ஒவ்வோர் இனிப்புப் பண்டத்தைக் கையில் எடுக்கும்போதும் ஒவ்வொருவரும் ஒவ்வொரு நாளும் கேட்கத் தொடங்கினார்கள்.

'ஐயோ சுமார்சான்! உங்களுக்கு நீரிழிவு வந்துவிடும்!' என்று சிலர் சொன்னார்கள்.

'ஓ, சுமார்சான்! நீங்கள் முன்பைக் காட்டிலும் குண்டாகிவிடுவீர்கள்!' என்று வேறு சிலர் சொன்னார்கள்.

'ஆதி மனிதர் ஒருவர் இப்படி நாவடக்கமின்றி இருக்கலாமா?' என்று கேட்டார்கள்.

இவற்றையும் சுமார்சான் பொருட்படுத்தவில்லை.

கேட்டுக் கேட்டுச் சலித்த மக்கள், ஒரு கட்டத்தில் இன்னும் தீவிரமாகக் கேட்கத் தொடங்கியபோது, பொறுக்கமாட்டாத சுமார்சானின் மனைவி,

‘மொத்தமாக ஒரு பதிலைச் சொல்லிவிடுங்களேன்?’ என்று சொன்னார்.

‘ஆதி மனிதன் வாழ்ந்துதான் காட்டினான். பதில் சொன்னதில்லை’ என்றார் சுமார்சான்.

# 24. அழுக்கு மூட்டை

பன்னிரண்டாம் நூற்றாண்டின் நட்ட நடுவுக்குப் பதிமூன்று ஆண்டுகள் கழித்து ரூஜிங் (Tiantong Rujing) பிறந்தார். இவர் பதிமூன்றாம் நூற்றாண்டின் முதல் இருபத்தெட்டு வருடங்கள் வரை உயிருடன் இருந்தார். சீனத்தின் தியான்தாங் மலை முழுதும் வசித்த மக்கள், ஏதாவது நல்லது கெட்டது என்றால் அக்காலத்தில் ரூஜிங்கைக் கேட்காமல் எதுவும் செய்ய மாட்டார்கள்.

மலைப் பிரபலமாக இருந்த ரூஜிங்கின் போதனைகள் மெல்ல மெல்லக் காற்று மற்றும் மழை மேகங்களின் வழியே பரவத் தொடங்கி, அந்நாளைய சீனம் முழுதும் தெரிந்தவரானார். அப்படியே அவரது பெயர், கடல் கடந்து யப்பானுக்குச் சென்றது. பின்னாளில் ரூஜிங்கைக் காட்டிலும் பிரபலமான ஜென் குருவாக அறியப்பட்ட தோகேன் ஸெஞ்ஜி (Dogen Zenji) போன்ற பலர் அன்று கப்பலேறி வந்து ரூஜிங்கின் சீடர்களாக இருந்தவர்கள்தாம்.

தோகேன் ஸெஞ்சி, ரூஜிங்கின் மடாலயத்தில் சீடராகச் சேர்ந்த அதே நாளில் பாகு-சக்கானா (Bhalguh-Sakana) என்ற இன்னொருவரும் சீடராகச் சேர்ந்தார். இருவரும் சம வயதினர். இருவருமே யப்பானியத்திலிருந்து வந்தவர்கள். இருவருக்குமே ஞான வேட்கை இருந்தது. இருவரும் முழுநேர ஜென்னில் வாழ விரும்பியவர்கள்.

ஒற்றுமைகள் இவ்வளவு இருந்தாலும் ஒரு முக்கியமான வேறுபாடும் இருந்தது. தோகேன் ஸெஞ்சி, எவ்வளவுக்கு எவ்வளவு சுத்தத்திலும் சுகாதாரத்திலும் அக்கறை மிக்கவராக இருந்தாரோ, அதற்குச் சற்றும் சளைக்காத எதிர் வரிசைவாசியாக இருந்தார் பாகு-சக்கானா.

அவர் குளிக்க மாட்டார். முகம், கைகால்கூடக் கழுவ மாட்டார். விரல்களில் நகம் வெட்ட மாட்டார். அதில் கரேலெனப் படிந்து நிற்கும் அழுக்கையாவது நீக்குவாரா என்றால், மாட்டார். ஜென் துறவிகள் தோற்றத்தில் கவனமாக இருப்பார்கள். தலையிலோ முகத்திலோ ரோமம் வளர்வதை விரும்ப மாட்டார்கள். பாகு-சக்கானா அந்த விஷயத்திலும் ஏடாகூடமே. மூன்று மாதங்களுக்கு ஒருமுறை வேண்டாவெறுப்பாக மழித்துக்கொள்வார். அதுவும் உடன் பயிலும் நண்பர்கள் தொடர்ச்சியாகக் கண்டித்து, வலுக்கட்டாயமாக என்றைக்கு இழுத்துச் சென்று சிரைக்க உட்கார வைக்கிறார்களோ, அன்றைக்குத்தான்.

ஆடைகளைத் துவைத்து அணிவது, இருப்பிடத்தை சுத்தமாக வைத்திருப்பது, உண்ணும்போது மேலே சிந்திக்கொள்ளாமல் உண்பது போன்ற எந்த அடிப்படை ஒழுங்கும் அவரிடம் இல்லை. தோகேன் ஸெஞ்சி உள்ளிட்ட சக மாணவர்கள் அவரிடம் பலமுறை எடுத்துச் சொல்லியும் அவர் திருந்தவில்லை.

ஓரிரு முறை குரு ரூஜிங்கிடமே அவரை இழுத்துச் சென்று, புகார் சொல்லியிருக்கிறார்கள். சுத்தமாக இருப்பதன் நன்மைகள் குறித்து ரூஜிங் அனைவருக்கும்

பொதுவாக எடுத்துச் சொல்லியும் பாகு-சக்கானா கேட்கவில்லை.

ஆனால் கல்வியில் அவர் கவனமாக இருந்தார். ரூஜிங் விளக்க முற்படும் தத்துவங்களையும் வாழ்க்கைப் பாடங்களையும் இனாஸுமாவின் வேகத்தில் உள்வாங்கி, இன்னும் எளிமையாக எடுத்துச் சொல்லக்கூடிய திறமை அவரிடம் இருந்தது.

ஆயினும் என்ன பயன்? யாரும் கிட்டே நெருங்க முடியாத அளவுக்கு அவரிடமிருந்து துர்நாற்றம் வீசிக்கொண்டிருக்கும்.

'பாகு! குறைந்தபட்சம் நீங்கள் தினசரி பல் துலக்கவாவது செய்யலாம்!' என்று சொல்லிப் பார்த்தார்கள். கேட்கவில்லை.

எனவே மடாலயத்து சீடர்கள் பாகு-சக்கானாவைப் போதிய இடைவெளியிலேயே எப்போதும் நிறுத்துவார்கள். வகுப்பு நேரங்களில் அவர் பக்கத்தில்கூட யாரும் உட்காருவதில்லை. அப்படியும் நெடி தாங்காத நேரங்களில் ரூஜிங்கிடம் புகார் சொல்வார்கள்.

'குருவே, பாகு துறவுக்கேற்றவரே அல்லர். அவர் நிறைய சொத்து சேர்க்கிறார்.'

'குருவே, துலங்காத ஜென்னில் தோய்வது எப்படி?'

'சுத்தம் செய்யாத மீனை சமைக்க முடியாது குருவே.'

ரூஜிங், பாகு-சக்கானாவை அழைத்தார். மடாலயத்தில் வாழும் அனைத்து மாணவர்களும் புகார் சொல்வதைப் பொறுமையாக எடுத்துச் சொன்னார். பிறகு, முதல் முறையாக அவரே வாய் திறந்து கேட்டார்.

'பாகு, நீ ஏன் குளிக்கக் கூடாது?'

'எனக்கு நீந்த மட்டுமே தெரியும். குளிக்கத் தெரியாது குருவே' என்றார் பாகு-சக்கானா.

## 25. குற்றக் கலை

ஜென் குரு சுமார்சானுக்கு குமார்சான் என்றொரு நண்பர் இருந்தார். சுமார்சானோடு எப்போதும் சுற்றிக்கொண்டிருந்ததால், குமார்சானும் ஒரு ஜென் குருவாக அறியப்பட்டார். என்ன சிக்கல் என்றால், இருவருமே ஞானமடையாத குருமார்கள் என்பது எப்படி அவர்களுக்குத் தெரியாதோ, அதே போல மக்களுக்கும் தெரியாது. அவர்கள் அவ்வப்போது இருவரிடமும் தத்தமது பிரச்னைகளைச் சொல்லிப் பலன் கேட்டுச் செல்வது வழக்கம்.

சுமார்சானின் நண்பர் குமார்சானிடம் ஒருமுறை கொலைகாரன் ஒருவன் வந்தான்.

'குருவே, நேற்றிரவு நான் ஒருவனைக் கொன்றுவிட்டேன். பாவம் தீர நான் என்ன செய்ய வேண்டும்?' என்று கேட்டான்.

‘சோப்புக் கட்டியைக் கரைத்துக் குடித்துவிட்டுக் கைகளை டெட்டால் விட்டுக் கழுவிக்கொள்’ என்று சொல்லி அனுப்பினார்.

அவன் தடயங்களை அழித்துவிட்டு, அரசியல்வாதியாகி, தேர்தலில் நின்று வெற்றி பெற்றான். பிறகு நிம்மதியாக வாழ்ந்தான்.

இன்னொரு நாள் களவாணிப் பயல் ஒருவன் அவரிடம் வந்து, ‘குருவே, இதுவரை நூற்றுக்கணக்கான சிறிய திருட்டுகள் செய்துவிட்டேன். என் வறுமை தீரவேயில்லை. எனக்கொரு நல்ல வழி காட்டுங்கள்’ என்று கேட்டான்.

‘உனக்கொன்று இல்லையென்றால் நீ அதை உருவாக்கு’ என்று சொல்லி, அனுப்பிவைத்தார் குமார்சான்.

வீட்டுக்குப் போய் படுத்துத் தூங்கியபோது கனவில் அவனுக்கு ஞானம் பிறந்தது. கள்ள நோட்டு அடித்துச் சுற்றவிட்டுப் பணக்காரனானான்.

பிறகும் ஒரு சமயம் நீலவண்ணத் திரைப்பட நடிகனொருவன் மாறுவேடம் அணிந்து குமார்சானைச் சந்தித்தான்.

‘குருவே, வயிற்றுப்பாட்டுக்காக இதைச் செய்கிறேன் என்று பொய் சொல்ல மாட்டேன். விருப்பத்துக்குரிய ஒன்று இலவசமாகக் கிடைக்கிறது. பணமும் வருகிறது. வெளியே தலைகாட்ட முடியாதது மட்டும்தான் சிக்கல். கடைத் தெருவுக்குப் போய்வர மட்டுமாவது ஒரு தீர்வு சொல்லுங்கள்’ என்று கேட்டான்.

‘விதியை வெல்ல வீதியை வாங்கு’ என்றார் குமார்சான்.

அக்கணமே அவனுக்கு ஞானம் பிறந்து, தாடி வளர்த்துக்கொண்டு சாமியார் ஆனான். பாதுகாப்பாக ரியல் எஸ்டேட் தொழில் ஆரம்பித்து, செல்வத்தில் செழித்தான்.

தொடர்ந்து அயோக்கியர்கள் பலருக்கு ஒருவரி உபதேசம் செய்து உருப்பட வைத்தாலும், குமார்சானின் வாழ்க்கைத் தரம் உயரவேயில்லை. வருத்தமுடன் தமது நண்பர் சுமார்சானிடம் விவரம் சொல்லி,

'என்னால் பலருக்கு லாபம். அதனால் எனக்கென்ன லாபம்?' என்று கேட்டார்.

'ஹாட்ஸ்டார்ல பிட்ச் பண்ணு. அள்ளிக்கும்' என்றார் சுமார்சான்.

## 26. ஜெருகுன்

போதி தருமருக்கு அடுத்தபடி சீனத்தின் மாபெரும் ஜென் குரு என்றால், ஹுய்கேவைச் சொல்வார்கள். (Huike, பொ.யு 487-593) போதி தருமரின் நேரடிச் சீடர் என்றாலும் முன்னவரைப் போல கராத்தே, குங்ஃபு, நயன வர்ம வகையறாக்களெல்லாம் இவருக்கு வராது. ஹுய்கே, இயல்பிலேயே மிகவும் அமைதியானவர். ஞானமடைந்த பின்பு அநேகமாக அவர் பேசுவதே அரிதாகிப் போனது.

ஆனால் மௌனமாக இருந்தே தமது சீடர்களுக்குக் கற்பிக்கும் கலை அவருக்குத் தெரிந்திருந்தது. ஒரு பார்வை. ஒரு கண்ணசைப்பு. ஒரு புன்னகை. சிறிய சைகைகள். இவ்வளவுதான் அவரது அதிகபட்ச வெளிப்பாடு. மிகக் கடினமான தத்துவ விவகாரங்களை வாயால் விளக்கிக்கொண்டிருக்க மாட்டார். அன்றாட வாழ்வின் எளிய செயல்களைச் சுட்டிக்காட்டி மாபெரும் திறப்புகளைத் தந்துவிடுவதில் வல்லவராக இருந்தார்.

அப்பேர்ப்பட்ட வல்லமை பொருந்திய ஞானிக்குத் தண்ணி காட்ட ஒருவர் இருந்தார். அவர் பெயர், யுன்மன் இகூன் (Yunmen Yicun).

இகூன், ஒரு சமையல்காரர். ஹுய்கேவுக்கும் அவரது சீடர்களுக்கும் வேளைக்குச் சமைத்துப் போட்டு, மடாலயத்தைக் கூட்டிப் பெருக்கி சுத்தம் செய்து, தோட்டத்துச் செடிகளுக்கு நீர் ஊற்றிப் பரிபாலனம் செய்வது அவரது பணி. ஆனால் இந்தப் பட்டியலில் உள்ள எது ஒன்றையும் அவர் சரியாகச் செய்ய மாட்டார். முக்கியமாக, சமையல்.

இகூனுக்குச் சமையலில் சரியாக வராத சங்கதிகள் பல. அவற்றுள் முக்கியமானவை உப்பு-காரம் அளவுகள். எதை ஐந்து விரல்களாலும் அள்ளிப் போடவேண்டும், எதை இரு விரல்களால் அளந்து போடவேண்டும் என்பதில் அவருக்கு அடிக்கடிக் குழப்பம் வந்துவிடும்.

'ஓ, ஷூஷு! இப்படி உப்பை அள்ளிக் கொட்டியிருக்கிறீர்களே, எப்படி உண்பது?' என்று சீடர்கள் அலறும்போது, அமைதியாக உள்ளே சென்று ஒரு சொம்பில் நீர் எடுத்து வந்து உணவின்மீது ஊற்றுவார்.

'ஐயோ இதென்ன விபரீதம்?' என்று அவர்கள் மீண்டும் அலறினால், 'உப்பு தெரியக் கூடாதென்றால் தண்ணீர்தான் வழி' என்று சொல்லிவிட்டுப் போவார்.

வாயில் வைக்க முடியாத அளவுக்குச் சில நாள் அவரது சமையலில் காரம் ஏறிவிடும். அதைச் சொன்னால் வெல்லக்கட்டியைக் கொண்டு வந்து அருகே வைப்பார்.

'இனிய இகூன் ஷூஷு! சூப்பில் எப்படி வெல்லம் போட்டுக் குடிப்போம்?' என்று சீடர்கள் புலம்புவார்கள்.

'ஸிமாஹுவாக (Zhi ma hu) எண்ணிக்கொண்டுவிடுங்கள்' என்பார்.

திடமாகச் சமைக்க வேண்டியதை திரவமாகச் சமைப்பார். நறுக்கிப் போட்டுச் செய்ய வேண்டியவற்றை அரைத்துக்

கொட்டிச் செய்து முடிப்பார். அரிசி, மாமிசம், காய்கறிகள் எதையுமே உரிய அளவு வேகவிடாமல் அரை வேக்காட்டிலேயே எடுத்துப் போட்டுவிடுவார். இவை அனைத்துக்கும் உச்சம் ஒன்று உண்டு.

எப்பேர்ப்பட்ட கலைக் கொலைஞனாலும் கெடுக்கவே முடியாத உன்னதமான ஊலாங்கைக் கூட நாசி நெருங்க முடியாதவண்ணம் காய்ச்சித் தருவார் இகூன்.

அவரது கொடுமைகள் சகிக்க முடியாத கட்டத்தை அடைந்தபோது, சீடர்கள் ஹுய்கேவிடம் சென்று கண்ணீர் விட்டு அழுது முறையிட்டார்கள்.

'குருவே, ஷூஷு எங்கள் நாக்குகளை மரத்துப் போகச் செய்யட்டும். பிரச்னையில்லை. ஆனால் உணவின்மீது அவர் நிகழ்த்துவது, வன்முறை. எங்கள் கண்ணீரை உங்கள் பாதங்களில் கொட்டுவோம். உணவின் கண்ணீர் எங்கு சென்று விழும்?' என்று கேட்டார்கள்.

ஹுய்கேவுக்கும் இகூனின் சமையல் கலை தொந்தரவளித்திருக்க வேண்டும். ஆனால் பொருட்படுத்தாமல் அமைதியாகவே இருந்து வந்தார். சீடர்கள் கண்ணீர் விட்டு அழுததைக் கண்டதும் மனம் கசிந்து போனார்.

'சரி, இகூனை அழைத்து வாருங்கள்' என்று சொன்னார்.

இகூன் வந்தார்.

'ஐயா, பிள்ளைகளுக்கு நீங்கள் இன்னும் சிறிது கூடுதல் அக்கறையுடன் சமைத்துப் போடலாம். உள்ளே செல்லும் அனைத்தும் இதமானவையாக இருக்க வேண்டுமல்லவா?' என்றார் ஹுய்கே.

இகூன் பணிவுடன் தலையசைத்து ஏற்றுக்கொண்டார்.

'நல்லது. இதைச் சொல்லத்தான் அழைத்தேன். எனக்குக் குடிக்கச் சிறிது தண்ணீர் தர முடியுமா?'

'இதோ!' என்று ஓடிச் சென்று தண்ணீரை எடுத்து வந்து ஹுய்கேவின் எதிரே வைத்துவிட்டுப் போனார்.

'இந்த உலகில் இகூனால் கெடுக்கவே முடியாத ஒரே பண்டம்!' என்று சீடர்கள் சொன்னார்கள்.

ஹுய்கே புன்னகை செய்தார்.

'சரியாகப் பார். பண்டத்தைக் கெடுக்க முடியாதவர் பாண்டத்தைக் கெடுத்துவிட்டார்!' என்றார்.

ஓட்டைக் கலயத்தில் பாதி நீர் வழிந்தோடியிருந்தது.

# 27. நீயும் நானும்

தாஹூய் ஜோங்காவ் (Dahui Zonggao), சீனம் அளித்த இன்னொரு ஜென் கொடை. பதினோறாம் நூற்றாண்டில் வாழ்ந்த தாஹூய், கற்றுத்தரும் விஷயத்தில் கொஞ்சம் விவகாரமான மனிதர். அவரே ஒன்றுக்கு மேற்பட்ட குருமார்களிடம் பயின்றவர்தாம். பல்வேறு சிந்தனைப் பள்ளிகளின் பாடாந்திர முறைகளைப் பயிற்சி செய்து பார்த்தவர்தாம். அனைத்தையும் ஒப்புநோக்கி, ஆராய்ந்து, ஞானம் பெற ஓர் எளிய தீர்வைக் கண்டறிந்தாரா என்றால், அதுதான் கிடையாது.

தாஹூய், தமது மாணவர்களை எப்போதும் ஒரு பதற்றத்திலேயே வைத்திருப்பார். அதற்காக, 'ஐயோ கொலை! கொலை!' என்று கத்துவதோ, 'ஆ, நெருப்புப் பிடித்துவிட்டது. ஓடுங்கள்!' என்று அலறி அதிர்ச்சிக்குள்ளாக்குவதோ கிடையாது. அவர் அதிர்ச்சி தரும் விதமே அலாதியானது.

சீனத்தின் கொடூரமான குளிர் நாள்களில், அதிகாலைப் பொழுதில் தாஹூய் தமது சீடர்களை அன்போடு எழுப்புவார். மடாலயத்துக்கு வெளியே அழைத்து வந்து வெட்ட வெளியில் அமரச் சொல்வார்.

'இந்த வெயிலின் உக்கிரத்தைக் காலைத் தேநீராக அருந்துங்கள்!' என்பார்.

இந்தப் பயிற்சியில் பெரும்பாலான மாணவர்கள் தோற்று உள்ளே ஓடிவிடுவார்கள். ஓரிருவர் மட்டும் ஒரு சில நிமிடங்கள் குளிரைத் தாங்கி அமர்ந்திருப்பார்கள். பிறகு மூர்ச்சையடைந்து விழுந்துவிடுவார்கள். அவர்களைத் தெளிவித்து உள்ளே அனுப்பிவிட்டு, தாஹூய் தான் மட்டும் அங்கேயே அமர்ந்து தியானத்தில் ஆழ்ந்துவிடுவார்.

'உடல் விரைத்துவிடாதா குருவே?' என்று கேட்டால், 'அதற்குத்தான் முதலிலேயே சூடான தேநீர் தந்தேன். நீங்கள் அருந்தவில்லை' என்பார்.

அவரது நூதன வினோதப் பயிற்சிகளின் வேறொரு அம்சம் இன்னும் சுவாரசியமானது.

பகல் உணவுக்கு முன்புவரை தாஹூய் தத்துவப் பாடங்களைச் சொல்லித் தருவார். உணவருந்திய பின்பு ஒவ்வொரு சீடரையும் தனித்தனியே அழைத்து ஆளுக்கொரு வேலை கொடுப்பார். பிறகு, படுத்துத் தூங்கிவிடுவார்.

சீடர்கள் வேலையை விரைந்து முடித்துவிட்டு தாஹூய் படுத்துறங்கும் இடத்துக்கு வந்து பார்ப்பார்கள். அவர் ஆழ்ந்த உறக்கத்தில் இருப்பதை உறுதி செய்துகொண்ட பின்னர் மடாலயத்தை விட்டு வெளியே வந்து பேசிக்கொண்டே சிறிது தூரம் நடப்பார்கள். கடை வீதிகளில் சுற்றித் திரிவார்கள். பிடித்த பண்டங்களை வாங்கித் தின்பார்கள். பேசிக் களித்துவிட்டு அவர்கள் திரும்பி வரும்போது தாஹூய், உறங்கி எழுந்திருப்பார்.

'கோஷான்! உன்னை அட்ஸூக்கி சாப்பிடாதே என்று எத்தனை முறை சொன்னேன்? நீ ஏன் கேட்பதில்லை?' என்பார்.

அந்தச் சீடன் அதிர்ச்சியடைந்து, 'மன்னியுங்கள் குருவே. நான் சாப்பிட்டது இன்னதென்று உங்களுக்கு எப்படித் தெரிந்தது?' என்று கேட்பான்.

'ஒரு கேள்விக்கு இன்னொரு கேள்வி பதில் இல்லை. நீ நாளைய வகுப்புக்கு வரக் கூடாது. ஃபயான், நீ சொல். அந்த அரச ஊழியருடன் எதற்கு அவ்வளவு வாக்குவாதம் செய்தாய்? வெறும் சக்தி விரயம்.'

'குருவே, அது உங்களுக்கு எப்படித் தெரிந்தது?' என்று கேட்க வாயெடுத்து அடக்கிக்கொண்டு, 'மன்னியுங்கள் குருவே. அவர் மிகவும் அடாவடியாக நடந்துகொண்டார்' என்பான்.

'ஜென், வாதங்களை ஏற்காது.'

'பிறகு?'

சரேலெனத் தாவி எழுந்த தாஹூய், அந்தச் சீடனை அப்படியே உருட்டிச் சுருட்டித் தலைமேலே தூக்கித் தூர எறிவார்.

சொல் அல்ல, செயலே சரி என்பது இதன் பொருள்.

கடைவீதிக்குச் செல்லும்போது அவர்கள் பேசிக்கொண்ட சங்கதிகள், நேரில் கண்ட காட்சிகள், உறங்கச் செல்வதற்கு முன்பு அவர் அளித்த வேலைகளில் அவர்கள் செய்த பிழைகள் என்று எதையாவது சரியாகச் சொல்லி திகைக்க வைத்துவிடுவார் தாஹூய்.

அவரது பாடங்கள், போதனைகள், வெளிப்பாட்டு விதமெல்லாம் சீடர்களுக்குச் சுலபமாகப் புரிந்தது. ஆனால், இந்த மனிதர் உறங்கும்போது எப்படி எங்கோ நடப்பதையெல்லாம் நேரில் பார்த்தது போலச் சொல்கிறார் என்ற வியப்பு மட்டும் தீரவேயில்லை.

அதை நூறு விதமாக அவரிடம் கேட்டுப் பார்த்தார்கள்.

'குருவே, நீங்கள் உறக்கத்தில் நடப்பீர்களா?'

'இல்லை.'

'குருவே, நீங்கள் உறங்குவது போல நடித்துவிட்டு எங்களைப் பின்தொடர்வீர்களா?'

'இல்லை.'

'இருந்த இடத்திலிருந்தே தொலைவில் நடப்பதை உணரும் அதிசய சக்தி உங்களுக்கு இருக்கிறதா?'

'இல்லை.'

'எதுவுமே இல்லை என்றால் எப்படி உங்களால் இத்தனைத் துல்லியமாக எங்கள் நடவடிக்கைகளைச் சொல்ல முடிகிறது?'

தாஹூய் புன்னகை செய்தார்.

'நீ யார்?'

'யின் சென்'

'நான் யார்?'

'தாஹூய் ஜோங்காவ்.'

'தவறு. நானும் யின் சென்' என்றார் தாஹூய் ஜோங்காவ்.

## 28. ஞானத்தின் சம்பளம்

சமீபத்திய முன்னொரு காலத்தில் துர்யுன்சென் முராமி என்றொரு ஜென்குரு கொரிய தீபகற்பத்தின் வடக்கு வாசலுக்குச் சில காதங்கள் தள்ளி, சீனத்தின் ஓரத்தில் வசித்து வந்தார். இரண்டாம் உலகப் போருக்கு முன்பு மேற்படி தீபகற்பம் ஜப்பானின் காலனியாக இருந்த சமயத்தில் அங்கிருந்து புலம் பெயர்ந்து வந்த குடும்பத்தைச் சேர்ந்தவர் அவர். ஜப்பானில் இருந்தபோது அவர் சிறுவன் என்பதாலும் அப்போது அவர் ஞானமடைந்த துறவியாகியிருக்கவில்லை என்பதாலும் அவரை யாருக்கும் தெரியவில்லை.

கொரியாவுக்கு வந்தபின்பு யாருக்கும் சொல்லாமல் அவ்வப்போது பைக்டூ மலைக்குச் (Mount Paektu) சென்றுவிடுவார். அது ஓர் எரிமலை. எப்போது வேண்டுமானாலும் தீயைக் கக்கும் இயல்புடையது. அதிசயம் என்னவென்றால், அந்த எரிமலையின் உச்சியில் குளிர்ச்சியே வடிவான குளம் ஒன்று உள்ளது. அதை

சொர்க்கக் கிணறு என்று சொல்வார்கள். மலைக்கு ரத்தக் கொதிப்பு உண்டாகி, அது தீயைக் கக்கத் தொடங்கும் நேரங்களில்கூட அந்த சொர்க்கக் கிணற்றின் நீர் சுடாது. ஒரு பெரிய குளிர்சாதனப் பெட்டிக்குள் வைத்த குடிநீர்ப் போத்தலைப் போலவே காட்சியளிக்கும்.

மலை சஞ்சாரியான துர்யுன்சென் முராமி, நேரே அந்த நீர்நிலையின் அருகே சென்று உட்கார்ந்துவிடுவார். மலை வெடித்துக் குமுறாதவரை கரையில் இருப்பார். தீக்குழம்பு கொதிக்கத் தொடங்கிவிட்டால் தண்ணீருக்குள் இறங்கிவிடுவார். எல்லாம் அடங்கி ஓய்ந்த பின்பு கீழே இறங்கி வருவார்.

இப்படியே பல ஆண்டுகள் எரிமலையின்மீது அமர்ந்து தவம் இயற்றி ஒருவாறாக ஞானம் பெற்றார். என்ன பிரச்னை என்றால், அவர் ஞானமடைந்த காலத்தில் கொரிய மக்கள் அதைப் பொருட்படுத்தும் நிலையில் இல்லை. உலகப் போரில் ஜப்பான் தோற்று, கொரிய அப்பத்தை இரண்டாகப் பிய்த்துக்கொள்வதில் வல்லரசுகள் சண்டையிட்டுக்கொண்டிருந்தன. அந்தச் சண்டையும் அடுத்தடுத்த சண்டைகளும் நடந்து முடிந்து அவர்கள் சுமாரான அமைதி மார்க்கத்துக்குத் திரும்பியபோது, துர்யுன்சென் முராமிக்கு மிகவும் வயதாகி, அவர் ஒரு ஞானமடைந்த துர்யுன்சென் முராமி என்பது அவருக்கே மறந்திருந்தது.

யாரோ பிச்சைக்காரக் கிழவர் என்றுதான் நாட்டு மக்கள் நினைத்தார்கள். அவர்கள் அப்போது பிச்சைக்கார இளைஞர்களாக இருந்தார்கள். தமக்குக் கிடைக்கும் உணவில் கொஞ்சத்தை அவருக்குக் கொடுப்பார்கள்.

துர்யுன்சென் முராமிக்கு வாழ்க்கை போரடித்தது. முன்னர் எரிமலை சிகரத்துக் குளத்தங்கரையில் அமர்ந்து பெற்ற ஞானத்தைப் பயன்படுத்தி யாருக்கும் எந்த வகையிலும் உதவாதது பற்றிய குற்ற உணர்ச்சி எழுந்தது. தீவிர மன

அழுத்தத்துக்கு உள்ளாகி, ஒருநாள் நாட்டு மக்களுக்கு அறைகூவல் விடுத்தார்.

'துன்பங்களைத் துடைத்தெறியும் ரகசியத்தை நான் கற்றுத் தருகிறேன்.'

அரசக் காவலனொருவன் இதனைக் கேட்டான். உடனே துர்யுன்சென் முராமி ஒரு தேசத்துரோகி என்று அறிவிக்கப்பட்டு, சுட்டுக் கொல்லப்பட்டார்.

அப்போது பைக்டூ மலை வெடித்துத் தீக்குழம்பைக் கக்கத் தொடங்கியது. ஆனால் அது சூடான குடிநீர் பதத்தில்தான் இருந்தது.

கொரியகுமாரிகள் மகிழ்ச்சியுடன் ஓடோடிச் சென்று குடத்தில் பிடித்து வந்து சமையலுக்கு வைத்துக்கொண்டார்கள். அது ஞானத்தின் சம்பளம் என்று தமது சந்ததியினருக்குச் சொல்லிக் கொடுத்தார்கள்.

## 29. அன்பே, பேரன்பே!

ஜென் குரு டாக்சூன் முர்தோ (Dau'kzun Murdo) மரணப் படுக்கையில் இருந்தார். தனது காலத்துக்குப் பிறகு மடாலயத்தின் தலைமைப் பொறுப்புக்கு வரத் தகுதியானவர் என்று மூத்த சீடர்களுள் ஒருவரான லின்யாட்சினை அவர் சுட்டிக்காட்டியிருந்தார். ஆனால் அது சுலப சாத்தியமில்லாதது போல நிலவரத்தின் நிறம் மாற ஆரம்பித்தது.

முர்தோவின் மடாலயத்தில் வேறொரு மூத்த சீடரும் இருந்தார். அவர் பெயர், பியாவோ லியாங். அவரும் தலைமைப் பதவிக்கு வரத் தகுதியானவர் என்று மூப்படையாத சீடர்கள் கருதும் அளவுக்கு அவரிடமும் தகுதிகள் இருந்தன. ஆனாலும் முர்தோ எதனால் லின்யாட்சினைத் தேர்ந்தெடுத்தார் என்பது அவர்களுக்குப் புரியவில்லை. 'இன்ன காரணத்தால் இவன்' என்று சுட்டிக்காட்டவிருந்த தருணத்தில்தான் அவருக்குப் பேச்சு நின்றது.

கண் திறக்காமல், உணவருந்தக் கூட வாய் திறக்காமல், கைகால்களை அசைக்காமல் படுத்த படுக்கையாகியிருந்த குருவிடம் சீடர்கள் விளக்கம் தரச் சொல்லிப் பலவாறாகக் கேட்டுப் பார்த்தார்கள். அவரது காதுகளும் செயல்படுவதை நிறுத்திவிட்டிருந்தன என்பது அப்போதுதான் தெரிந்தது.

எனவே லின்யாட்சின் வேண்டாம் என்று கருதிய சீடர்கள், பியாவோ லியாங்கைத் தலைமைப் பொறுப்புக்குத் தீவிரமாக முன்னிறுத்தினார்கள். இதனால், தகுதி படைத்தவர் யார் என்ற வினா இறந்துபோய், இருவரில் யார் என்பது மட்டுமே எஞ்சி நின்றது.

இது சீடர்களிடையே விரோதபாவத்தை வளர்த்தது. எதிரெதிர் அணியினராகி, இரு தரப்பின் மதிப்பையும் குறைக்கும் விதத்தில் மதிப்புரை வழங்கிக்கொண்டார்கள். சிக்கல் பெரிதாகி, விவகாரம் மடாலயத்தின் வாசற்படி இறங்கி வீதிக்கு வந்தது.

டாக்சூன் முர்தோவின் ஆளுமையால் கவரப்பட்ட பொது மக்கள், அவரது சீடர்களிடையே உண்டாகியிருந்த கருத்து வேறுபாடுகளைக் களைய என்ன வழி என்று யோசித்தார்கள். பிரச்னையை மன்னரிடம் கொண்டு சென்றார்கள்.

மன்னரானவர், லின்யாட்சினையும் பியாவோ லியாங்கையும் இரு தரப்புச் சீடர்களையும் தனித்தனியே அழைத்துப் பேசிப் பார்த்தார். இருசாராருமே விட்டுக் கொடுக்கத் தயாராக இல்லை என்பது புரிந்தது. எனவே, நீங்களே பேசி ஒரு முடிவுக்கு வந்துகொள்ளுங்கள் என்று ஒதுங்கிவிட்டார்.

அவர்கள் ஒரு முடிவுக்கு வருவதன் பொருட்டுப் பேச்சை நிறுத்திவிட்டு அடித்துக்கொள்ளத் தொடங்கினார்கள். மடாலயம் ஒரு போர்க்களமானது. பாத்திரம் பண்டங்கள் உருண்டன. எங்கெங்கும் உடைந்த பீங்கான் சில்லுகள் காலைக் குத்தின. சீடர்கள் அதை எடுத்து எதிரணியினரின்

வயிற்றிலும் முதுகிலும் குத்தினார்கள். பிறகு இரு தரப்பினரும் சேர்ந்து வைத்தியசாலைக்குச் சென்று களிம்பு பூசிக்கொண்டு வந்தார்கள்.

அதன்பிறகு உடைப்பதற்குப் பீங்கான் கலயங்கள் இல்லாததால் மண்டைகளை உடைத்து விளையாட ஆரம்பித்தார்கள்.

டாக்சூன் முர்தோவின் மடாலயம் தன் மதிப்பை இழந்தது. மக்கள் கேலிக்கும் கிண்டலுக்கும் அதைப் பயன்படுத்தத் தொடங்கினார்கள். வெறுப்படைந்த சீடர்கள், அனைத்துக்கும் காரணம் டாக்சூன் முர்தோதான் என்ற முடிவுக்கு வந்தார்கள்.

அவர் எதனால் லின்யாட்சின் தலைமைப் பொறுப்புக்குத் தகுதியானவரென்று அறிவித்தார் என்று சொல்லியிருந்தால் இந்தப் பிரச்னையே வந்திருக்காது என்று நினைத்தார்கள். தங்களைச் சிக்கலில் தள்ளியதோடு அல்லாமல், பேர் கெட்டுப் போகவும் காரணமாக இருந்த குருநாதருக்குத் தண்டனை வழங்கத் தீர்மானித்தார்கள்.

பாழடைந்த கட்டிலில் ஒரு புழுவினைப் போலக் கிடந்த டாக்சூன் முர்தோவை நோக்கி ஆவேசமாக வந்தார்கள்.

'குருவே, நீங்கள் செய்த தவறுக்கு தண்டனை பெறாமல் உங்களை இறக்க விடமாட்டோம்!' என்று சொல்லிவிட்டு, இரு தரப்பினரும் தலா ஓர் உடைந்த பீங்கான் சில்லைக் கொண்டு அவர் வயிற்றில் குத்தினார்கள்.

ஏற்கெனவே முக்கால்வாசி இறந்துவிட்டிருந்த டாக்சூன் முர்தோ, இப்போது புத்துணர்ச்சி பெற்று எழுந்து உட்கார்ந்தார்.

'உடைந்த பீங்கான் சில்லு தடுக்கித்தான் பல ஜென் குருமார்கள் ஞானமடைந்தார்கள். என்னையும் அந்த வரிசையில் சேர்த்ததற்கு நன்றி' என்று சொல்லிவிட்டு, மீண்டும் படுத்துக்கொண்டார்.

பிறகு, இறந்து போனார்.

## 30. ஜென் கொலை வழக்கு

முன்னொரு காலத்தில் ஜென்சான் என்றொரு துறவி இந்திய-சீன-ஜப்பானிய வான் எல்லைகளில் வசித்துக்கொண்டிருந்தார். அவ்வப்போது பூனை வடிவில் பூமிக்குக் கீழே இறங்கி வந்து, மென்மையான குரலில் ம்யாவ் என்று சொல்லிவிட்டுப் போவார். அந்த ம்யாவ் சத்தம் காற்றில் கலந்து பல பிராந்தியங்களுக்குப் பயணம் செய்யும்.

மேற்படி பல பிராந்தியத்து மக்கள் பகல் பொழுதென்றால் வேலைகளில் மூழ்கிவிடுவார்கள் என்பதால், ம்யாவொலியைக் கவனிக்க மாட்டார்கள். இரவு அனைத்து வேலைகளையும் முடித்துவிட்டுப் படுக்கைக்குச் சென்ற பிறகு, அந்தப் பக்கம் காற்றடித்து, அந்தக் காற்றின் உட்புறம் ம்யாவொலி கலந்திருக்குமானால் அதைக் கேட்பார்கள்.

உடனே பாய்ந்தோடிச் சென்று பால் பாத்திரங்கள் சரியாக மூடியிருக்கிறதா என்று பார்த்துவிட்டு வந்து

படுப்பார்கள். மூடாத பாத்திரங்களை கவனமாக மூடி வைப்பார்கள்.

காற்றில் கலக்கும் ஜென்சானின் ம்யாவ் ஒலிக்கு ஒரு சக்தி உண்டு. அந்த ஒலியை தினமும் இரண்டு டீஸ்பூன் அளவுக்குப் பாலில் கலந்து பருகி வந்தால் பருகுவோருக்கு வாந்தி பேதி வைசூரி வகையறாக்களே வராது. இது தெரியாத மக்கள் பால் பாத்திரங்களை மூடி வைப்பதில் கவனமாக இருந்தார்கள்.

இந்த அறியாமையை எப்படிப் போக்குவது என்று ஜென்சான் யோசித்தார். ம்யாவ் வைத்தியம் எடுபடாததால் வேறொரு உத்தியைக் கையாண்டு பார்த்தார்.

மக்கள் உறங்கும் இரவு நேரங்களில் பூமிக்கு இறங்கி வந்து தாழம்பூக்களுக்குள் மறைந்து நின்று மெல்ல மூச்சை இழுத்து விடத் தொடங்கினார். அம்மூச்சுக் காற்றை சுவாசித்தாவது வியாதி வெக்கை இல்லாமல் இருக்கட்டுமே என்கிற நல்லெண்ணம்தான் காரணம்.

ஆனால் இரவு நேரங்களில் தாழம்பூ வாசனை வந்தால் பாம்பு நடமாட்டம் இருப்பதாக மக்கள் மத்தியில் ஒரு நம்பிக்கை இருந்தது. அவர்கள் கதவு, சன்னல், இண்டு இடுக்குகள் வரை யாரும் திறக்கவே முடியாதபடிக்கு அடைத்துக்கொண்டு தூங்கத் தொடங்கினார்கள். அதையும் மீறி வாசனை வந்துவிடாதிருக்க, அறைக்குள் சாம்பிராணி போட்டுப் புகை கிளப்பி வைத்தார்கள்.

இதிலும் தோற்றுப் போன ஜென்சான், அடுத்த முறை கிருமி வடிவமெடுத்துக் குளிக்கும் நீரில் கலந்து நின்று பார்த்தார்.

இப்போது என்ன ஆயிற்றென்றால், பாதிபேர் குளிக்கவேயில்லை; மீதி பேர் நீரைச் சுட வைத்துக் கிருமிகளைக் கொன்றபின்பே குளித்தார்கள்.

வெறுத்துப் போன ஜென்சான், வானிலிருந்து குதித்துத் தற்கொலை செய்துகொண்டு இறந்தார்.

தமது மறுபிறவியில் அவர் ஒரு சுமார்சானாகப் பிறந்து, ஜென் படுகொலை வழக்கு என்றொரு கதைத் தொகுப்பை எழுதி வெளியிட்டார்.

படித்துத் திகைத்த மக்கள்,

'ஓ, சுமார்சான்! எத்தனை உன்னதமான கதைகள்! நீங்கள் எங்கள் அறிவுக் கண்ணைத் திறந்துவிட்டீர்கள்!' என்று சொன்னார்கள்.

சுமார்சானுக்கு அப்போது ஞானம் பிறந்தது. யாரும் மூக்குக் கண்ணாடியைத் துடைத்துவிட்டுப் போடுவதே இல்லை.

www.ingramcontent.com/pod-product-compliance
Lightning Source LLC
LaVergne TN
LVHW060424051026
849518LV00007B/2707
* 9 7 8 8 1 9 7 6 3 5 1 9 9 *